ദ്രവരാഷ്ട്രം

dravarastram
novel
•
kanakkoor r sureshkumar
•
first edition
july 2017
•
second edition
april 2019
•
typesetting & published
chintha publishers, thiruvananthapuram
•
cover
vishnu ram

വിതരണം
ദേശാഭിമാനി ബുക്ക് ഹൗസ്
H O തിരുവനന്തപുരം-695 035
phone: 0471-2303026, 6063026
www.chinthapublishers.com
chinthapublishers@gmail.com

ബ്രാഞ്ചുകൾ
ഹെഡ്ഡാഫീസ് ബ്രാഞ്ച് കുന്നുകുഴി • സ്റ്റാച്യു തിരുവനന്തപുരം • കെ എസ് ആർ ടി സി ബസ് സ്റ്റേഷൻ ആലപ്പുഴ • കെ എസ് ആർ ടി സി ബസ് സ്റ്റേഷൻ എറണാകുളം • മച്ചിങ്ങൽ ലെയ്ൻ തൃശൂർ • ഐ ജി റോഡ് കോഴിക്കോട് • മാവൂർ റോഡ് കോഴിക്കോട് • എൻ ജി ഒ യൂണിയൻ ബിൽഡിങ് കണ്ണൂർ • സെൻട്രൽ ബസ് ടെർമിനൽ കോംപ്ലക്സ് താവക്കര കണ്ണൂർ

CR - 2113 / 5035
ISBN - 978-93-86637-09-3

ദ്രവരാഷ്ട്രം

(നോവൽ)

കണക്കൂർ ആർ സുരേഷ്കുമാർ

ചിന്ത പബ്ലിഷേഴ്സ്
തിരുവനന്തപുരം-695 035

കണക്കൂർ ആർ സുരേഷ്കുമാർ

1970 ൽ ജനിച്ചു. പിതാവ് രാമചന്ദ്രപ്പണിക്കർ, മാതാവ് രാധമ്മ ആലപ്പുഴ സ്വദേശി. 1994 മുതൽ പ്രവാസ ജീവിതം. എഞ്ചിനീയറിങ് ബിരുദം, മാനേജുമെന്റിൽ മാസ്റ്റർ ബിരുദം. മുംബൈയിലെ സെൻട്രൽ ലേബർ ഇൻസ്റ്റിറ്റ്യൂട്ടിൽനിന്ന് വ്യാവസായിക സുരക്ഷയിൽ ഉന്നത വിദ്യാഭ്യാസം നേടി. ആണവോർജ്ജ കോർപ്പറേഷനിലെ അഗ്നി സുരക്ഷ ഉദ്യോഗസ്ഥൻ.
നിരവധി പ്രവാസി സംഘടനകളുമായി ചേർന്ന് സാഹിത്യ സാംസ്കാരിക മേഖലകളിൽ പ്രവർത്തിക്കുന്നു. പ്രവാസികളുടെ മലയാളഭാഷാ പഠനപദ്ധതിയായ മലയാളം മിഷനിൽ സജീവം. ആനുകാലികങ്ങളിൽ കഥകളും ലേഖനങ്ങളും പ്രസിദ്ധീകരിച്ചു വരുന്നു. 2014 ൽ ബാംഗ്ലൂർ റൈറ്റേഴ്സ് ഫോറത്തിന്റെ ചെറുകഥാപുരസ്കാരം ലഭിച്ചു. കൂടാതെ സി വി ശ്രീരാമൻ ചെറുകഥാപുരസ്കാരം, മുംബൈയിൽ നിന്ന് മഹാകേരളീയം പുരസ്കാരം, യെസ്പ്രസ് നോവൽ അവാർഡ് തുടങ്ങി നിരവധി പുരസ്കാരങ്ങൾക്ക് അർഹനായിട്ടുണ്ട്.
പുസ്തകങ്ങൾ - *സർപ്പാസ്* (ട്രാവലോഗ്), *ആൾമാറാട്ടം, ദൈവത്തിന്റെ എസ് എം എസ്, മഞ്ഞനിലാവ്* (ചെറുകഥാ സമാഹാരങ്ങൾ) *എഗ്ഗിറ്റേറിയൻ, ഗോമന്തകം* (നോവലുകൾ), *പ്രകൃതി നെഞ്ചിലേറ്റുന്ന പുഴുക്കുത്തുകൾ* (പരിസ്ഥിതി ലേഖനങ്ങൾ), *കുരങ്ങൻ കുന്ന്, കുളം-തോട്-കായൽ* (ബാലസാഹിത്യം)

ഭാര്യ	:	ലത
മക്കൾ	:	വിഷ്ണു, ജിഷ്ണു
കേരളത്തിലെ വിലാസം	:	സുരേഷ് ഭവനം ആര്യാട് വടക്ക് മണ്ണഞ്ചേരി പി ഒ. ആലപ്പുഴ- 688538
ഇ-മെയിൽ	:	kanakkoor@gmail.com

പ്രസാധകക്കുറിപ്പ്

മനുഷ്യൻ പ്രപഞ്ചത്തിൽ തന്റെ പ്രഥമസ്ഥാനം ഉറപ്പിച്ചെന്ന് അഹങ്കരിക്കുന്നു. സകല ചരാചരങ്ങൾക്കും അവകാശപ്പെട്ട ഭൂമി അവന്റെ അധീനതയിലാണെന്നവൻ വിചാരിക്കുന്നു. എന്നാൽ മനുഷ്യൻ പുറത്തേക്കു നോക്കുംപോലെ മനുഷ്യനിലേക്കും പ്രപഞ്ചത്തിന്റെ കണ്ണുകൾ പതിഞ്ഞാലോ? മനുഷ്യരുടെ ലോകത്തിലേക്ക് തുറക്കുന്ന മത്സ്യക്കണ്ണുകളാണ് ഈ നോവൽ. സന്ദർശകമുറിയിലെ സ്ഫടികപ്പാത്രത്തിൽ സാമൂഹ്യജീവിതം നയിക്കുന്ന മത്സ്യങ്ങൾക്കു സമാന്തരമായിരിക്കുന്ന ടെലിവിഷനിലെ ശബ്ദവീചികൾ കേൾക്കുന്നു. തങ്ങളുടെ മുന്നിൽ അഴിഞ്ഞുവീഴുന്ന മനുഷ്യക്കോലങ്ങളെ കാണുന്നു, വിലയിരുത്തുന്നു. അസാധാരണമാ യൊരു വായനാനുഭവമാണ് *ദ്രവരാഷ്ട്രം* അനുവാചകനു നല്കുന്നത്. മനുഷ്യൻ സൃഷ്ടിച്ച സമ്പത്ത് അവനെ തിന്നുതീർക്കുന്ന പുതിയ കാലത്തേക്കു തെളിയുന്നൊരു ഞെക്കുവിളക്കാണീ കൃതി.

ചിന്ത പബ്ലിഷേഴ്സ്

മുന്നുര

ദ്രവരാഷ്ട്രം എന്നിൽ ആവേശിച്ചത് എങ്ങനെ എന്ന് എത്ര ചിന്തിച്ചിട്ടും എത്തും പിടിയും കിട്ടുന്നില്ല.

എങ്കിലും ഒഴിയാബാധപോലെ അത് സംഭവിച്ചു.

ഒരു നോവലെറ്റായി രൂപപ്പെടുമെന്നായിരുന്നു ആദ്യം കരുതിയത്.

പക്ഷേ, ദ്രവരാഷ്ട്രത്തിലെ അന്തേവാസികൾ നിർത്തില്ലാതെ സംവദിച്ചുകൊണ്ടിരുന്നു. ഒടുക്കം അവരുടെ അതിവാചാലതയെ നിയന്ത്രിച്ചെടുക്കുവാൻ എഴുത്തുകാരന്റെ ബോധപൂർവ്വമായ ഇടപെടലുകൾ വേണ്ടിവന്നു.

ഇനി വായനക്കാരന്റെ ഊഴമാണ്.

വായനക്കാരുടെ പ്രതികരണങ്ങൾ ഏറെ വിലപ്പെട്ടതാണ്. വിമർശനങ്ങളും നിർദ്ദേശങ്ങളും ഹൃദയപൂർവ്വം സ്വാഗതം ചെയ്യുന്നു.

സ്നേഹപൂർവ്വം
കണക്കൂർ

ഒന്ന്

ഒരു രാഷ്ട്രത്തെ നിർവ്വചിക്കേണ്ടത് ഭൗതികമായ അതിർവരമ്പുകൾ കൊണ്ടല്ല. മറിച്ച് അത് ഉൾക്കൊള്ളുന്ന ആശയങ്ങളുടെ വൈവിദ്ധ്യം കൊണ്ടാണ് എന്ന് ഡോളി പറഞ്ഞു.

"ഉദാഹരണത്തിന് ഒരു രാഷ്ട്രം മൗലികമായ പ്രശ്നങ്ങളിൽ തീർപ്പു കല്പിക്കുന്നത് പലപ്പോഴും അവിടത്തെ അന്തേവാസികളുടെ സാധാരണ ചിന്തകൾക്ക് നിരക്കുന്ന രീതിയിൽ ആവണമെന്നില്ല. അതുകൊണ്ടാണ് രാഷ്ട്രീയമായ തീരുമാനങ്ങൾ പലപ്പോഴും അതിശയിപ്പിക്കുന്നതും ആശയക്കുഴപ്പങ്ങൾ സൃഷ്ടിക്കുന്നതും ആകുന്നത്."

"നമ്മൾ സൃഷ്ടിക്കുന്ന ഈ രാജ്യം ഏതുതരത്തിലുള്ള സംഹിതകളാണ് ഉയർത്തിപ്പിടിക്കുവാൻ പോകുന്നത്?'' ടോണി പരിഹാസം കലർന്ന സ്വരത്തിൽ ചോദ്യമെറിഞ്ഞു.

"ഇത്രകാലം ആചരിച്ചുപോന്ന പിഴകളെ തിരുത്തി നവമായ, ആധുനികമായ ചില കാഴ്ചപ്പാടുകൾ നമുക്ക് സ്വീകരിച്ചുകൂടേ?"

"ഏതൊരു രാഷ്ട്രത്തിനുള്ള പരിമിതികളും ദൗർബല്യങ്ങളും ഇവിടെയും കടന്നുവരില്ലേ?"

ഡോളി ഉത്തരം പറയാതെ ടോണിയെ നോക്കി. ''ദേ.. റാണിയെത്തി." എന്നുപറഞ്ഞ് മിൻമിനി അവരുടെ ശ്രദ്ധ മുറിയുടെ മുൻകതകിന്റെ ഓരത്തേക്ക് തിരിച്ചുവിട്ടു. എല്ലാവരുടെയും ശ്രദ്ധ മുൻമുറിയുടെ വിസ്തീർണ്ണത്തിലേക്കായി.

ആ വീടിന്റെ ഉൾമുറിയിൽ വയസ്സായ ഒരാൾ കിടപ്പുണ്ട് എന്ന് ഡോളി ഉറപ്പിച്ചു പറഞ്ഞു. തീരെ വയ്യാത്ത അയാൾക്ക് പരിചരണം ആവശ്യമാണ് എന്നവൾ കൂട്ടിച്ചേർത്തു. വീട്ടുകാർ തിരക്കുള്ളവർ ആവുമ്പോൾ രോഗശയ്യയിലായ വയസ്സേറിയവരെ പരിചരിക്കുവാൻ മറ്റൊരാളുടെ

സഹായം വേണമല്ലോ? അങ്ങനെ ആ വയസ്സനെ പരിചരിക്കുവാൻ വേണ്ടി എത്തിയതാണ് ആ സ്ത്രീ എന്ന് അവൾ വിസ്തരിച്ചു.

"അപ്പോൾ കാലത്തുവന്ന് അടുക്കളയിൽ പണിയെടുക്കുന്ന ചിന്ന മ്മയോ?" മിൻമിനിയാണ് അത് ചോദിച്ചത്. ചിന്നമ്മയുടെ ജോലി ഭക്ഷണം ഉണ്ടാക്കുക, തുണി കഴുകുക, തറ തുടച്ചിടുക എന്നിവ മാത്രമാണ് എന്ന് ഡോളി അവളെ പറഞ്ഞുമനസ്സിലാക്കി. "അറുപതിലേറെ വർഷങ്ങൾ ഭൂമിയിൽ പിന്നിട്ടിട്ടും കൈമോശം വരാത്ത ചുറുചുറുക്കുമായി അവർ ആ പണികൾ മുഴുവൻ പത്തുമണിയോടെ ചെയ്തുതീർക്കും. രോഗപരിച രൃക്ക് എത്തിയ ആ സ്ത്രീ കിടപ്പിലായ ഒരു രോഗിയെ മാത്രം പരിചരി ക്കുമ്പോൾ ചിന്നമ്മ പല രോഗങ്ങൾ ഉള്ള മറ്റുള്ളവരെ പരിചരിക്കുന്നു."

വീട്ടിലുള്ള മറ്റുള്ളവർക്കെല്ലാം എന്താണ് രോഗം എന്നായി അപ്പോൾ മിൻമിനി. മനുഷ്യർക്കെല്ലാം അത്തരത്തിൽ ഗോപ്യമായ കുറേ രോഗങ്ങൾ ഉണ്ടാകുമെന്ന് ഡോളി പ്രസ്താവിച്ചത് അപ്പോഴാണ്. അവ മിക്കപ്പോഴും കണ്ടുപിടിക്കപ്പെടുന്നില്ല. പക്ഷേ, കണ്ടുപിടിച്ചില്ല എന്നതുകൊണ്ട് രോഗ ങ്ങൾ ഇല്ല എന്ന് പറയുവാൻ കഴിയില്ലല്ലോ എന്നവൾ ചോദിച്ചു. അങ്ങനെ രോഗഗ്രസ്തരായ മനുഷ്യന് എപ്പോഴും മറ്റുള്ളവരുടെ സേവനങ്ങൾ വേണ്ടിവരുന്നു. അവർ സ്വന്തമായി ചെയ്യേണ്ട കർമ്മങ്ങൾക്കുപോലും മറ്റുള്ളവരെ ആശ്രയിക്കുന്നു.

"മറ്റുള്ള മിക്ക ജീവികൾക്കും അത്തരത്തിൽ ആശ്രയിക്കേണ്ടി വരുന്നില്ല" അവൾ കൂട്ടിച്ചേർത്തു.

പാതി തുറന്നുകിടന്ന ജാലകത്തിലൂടെ ഉള്ളിൽ കയറിപ്പറ്റിയ കാറ്റ് കലണ്ടറുകളെ കുടഞ്ഞു. ഒരു പൂച്ച ഏതോ മറവിലിരുന്ന് നീട്ടിക്കരഞ്ഞു. ഡോളി ഒരുനിമിഷം അത് ശ്രദ്ധിച്ച് അനക്കമറ്റു. പൂച്ചയുടെ നേർത്ത സ്വരം പോലും ഇത്തരം മഹത്തായ ചർച്ചകളുടെ ഇടയിൽ ഉണ്ടാകാവുന്ന വലിയ പൊറുതികേടാണ് എന്നവൾ ഓർത്തു.

"ആ വയസ്സനെ നമ്മൾ ഇതുവരെയും കണ്ടിട്ടില്ലല്ലോ?" ചുവരിൽ തൂക്കി യിരുന്ന ആനയുടെ വലിയ ചിത്രം കണ്ടുകൊണ്ടിരുന്ന ടോണി പറഞ്ഞു. പനമ്പ് നെയ്തെടുത്തതിൽ കറുത്ത വെൽവെറ്റുതുണി ഒട്ടിച്ച് നിർമ്മിച്ച താണ് ആനയുടെ ആ വലിയ ചിത്രം. അവന് ആ ചിത്രം വളരെ ഇഷ്ടമാണ്. ചിത്രത്തിൽനിന്ന് കണ്ണുപറിക്കാതെയാണ് അവൻ ഡോളിയോട് സംസാരിച്ചതുപോലും.

"അയാൾ തീരെ വയ്യാതെ കട്ടിലിൽ ചുരുണ്ട് കിടക്കുകയാവും. ചികിത്സയൊന്നും ഇനി വേണ്ട എന്ന് മക്കൾ ഡോക്ടറെ കൊണ്ടു പറ യിച്ചുകാണും. ഇനി അയാൾ മരിക്കാതെ ആ മുറിയിൽനിന്ന് പുറത്തു വരില്ല. അപ്പോൾ അയാളെ ഇവിടെ നിലത്ത് കൊണ്ടുക്കിടത്തും. അന്ന് വയസ്സനെ നമുക്ക് നന്നായി കാണാം."

ഉൾമുറിയിൽനിന്ന് കൊലുന്ന ഒരു യുവതി ഇറങ്ങിവന്നു. വിലകുറഞ്ഞ കോട്ടൺ ചുരീദാർ അണിഞ്ഞവൾ. കർമ്മങ്ങൾകൊണ്ട് മടുക്കാത്ത മുഖഭാവം. ഹോം നേഴ്സിന് ചേരുന്നതുതന്നെയാണ് ആ മുഖഭാവം എന്ന്

മിൻമിനിക്ക് തോന്നി. യുവതിയുടെ കൈയിലുണ്ടായിരുന്ന പ്ലാസ്റ്റിക് ബേസിനുള്ളിൽ വൃദ്ധനെ തുടപ്പിച്ച് കൊണ്ടുവന്ന വെള്ളവും അതിൽ മുങ്ങിക്കിടന്ന തുവർത്തും ആണുള്ളത്.. അവൾ ഹാൾ മുറിച്ചുകടന്ന് മറ്റൊരു മുറിയിലേക്ക് പോയി. അല്പം കഴിഞ്ഞ് ഉണങ്ങിയ ഒരു പഴഞ്ചൻ തുണിയുമായി മടങ്ങിവന്നു. ബേസിനിൽനിന്ന് മുൻമുറിയുടെ നിലത്തേക്ക് തുളുമ്പിവീണ നനവിനെ അവൾ കുനിഞ്ഞുനിന്ന് തുടച്ചു.

ഒരു ഹോംനേഴ്സ് എന്നാൽ രോഗിയുടെ കൈകാലുകളും തല ച്ചോറുമായി മാറുവാൻ കഴിവുള്ളവൾ ആയിരിക്കണമെന്ന് ഡോളി അഭിപ്രായപ്പെട്ടു. “അവൾ രോഗിയുടെ ദേഹത്തിന്റെ ഒരു തുടർച്ചയാണ്. അതിനാൽ രോഗം, അത് എന്തുതന്നെയാണെങ്കിലും അതിന്റെ ദുരിതം പാവം പരിചാരകയുടെയും കൂടിയാണ്. ശാരീരികമായി അല്ലായെങ്കിലും രോഗപീഡ അവളും കുറേയൊക്കെ അനുഭവിക്കുന്നുണ്ട്. രോഗി മരിക്കു മ്പോൾ പരിചാരകയുടെ രോഗവും മാറും. പിന്നെയവൾ ശുശ്രൂഷയ്ക്കായി പുതിയ ഒരിടത്തിൽ എത്തും. അപ്പോൾ അവിടെ അവൾ പുതിയൊരു രോഗത്തിന്റെ ഇരയാകും.”

ഇതൊക്കെ ഡോളിയുടെ ഓരോ തോന്നലുകൾ എന്ന് ആൺമത്സ്യം വാദിച്ചു. ഉപജീവനാർത്ഥം എത്തുന്ന പരിചാരികമാർ വാങ്ങുന്ന പണത്തി നുള്ള വേല ചെയ്താണ് രോഗിയെ ശുശ്രൂഷിക്കുന്നത് എന്ന് അവൻ ഉറച്ചു വിശ്വസിച്ചു. “അല്ലാതെ ആ രോഗിയോ രോഗമോ അവരുടെ ഉള്ളിലേക്ക് കട ക്കില്ല. അവജ്ഞയോടെയാണ് അവർ പരിചരിക്കുന്നത്. രോഗത്തോട് ഉള്ള തിനേക്കാൾ അവരുടെ ചുറ്റുമുള്ള ലോകത്തോട് ഉണ്ടാകാവുന്ന അവജ്ഞ. ”

“തന്റെ പരിചരണം ഏറ്റുവാങ്ങുന്ന ഒരു രോഗിയോട് അവളുടെ മന സ്സിൽ കുറച്ച് അനുകമ്പ കാണില്ലേ? വെറും യന്ത്രം കണക്കെയാണോ അവൾ കിടപ്പിലായ ഒരു രോഗിയോടുള്ള നിലപാടുകൾ എടുക്കുന്നത്?”

“അത് അറിയില്ല. എങ്കിലും ദയ, സഹാനുഭൂതി തുടങ്ങിയ വിചാര ങ്ങളെ മനുഷ്യർ പണത്തിന് പിന്നിലാണ് നിരത്തുന്നത്.”

മോളി അവർക്കരികിലെത്തി. “ഈ ഡോളി മനുഷ്യനെക്കുറിച്ച് സംസാരിച്ചു തുടങ്ങിയാൽ അത് തീരുകയേയില്ല.”

“പക്ഷേ, എപ്പോഴും കുറ്റങ്ങളാണ് പറയുന്നത് എന്നുമാത്രം” ടോണി പിറുപിറുത്തു.

കോളിങ് ബെൽ ചിലച്ചു. യുവതി പൊടുന്നനെ തല പൊന്തിച്ച് ക്ലോക്കിലേക്ക് നോട്ടമയച്ചു. ആ സമയത്ത് അവിടെ വീട്ടുകാർ ആരും വരുവാനില്ല. കുറിയർ ഡെലിവറി ബോയ്സ് ആകാം ചിലപ്പോൾ എന്ന് അവൾ വിചാരിച്ചിട്ടുണ്ടാകും. അല്ലെങ്കിൽ സെയിൽസ് പ്രമോഷന്റെ പേരിൽ അസമയത്ത് കയറിവരുന്ന അരസികർ ആകുവാനും മതി. വെള്ളം നനച്ച തുണി കൈയിൽ ഒതുക്കിപ്പിടിച്ച് അവൾ വാതിൽ തുറന്നു.

“ആരോ വന്നു അല്ലേ ? ആരാണത്.. ” മോളി ചോദിച്ചു.

“അത് നേതാവിന്റെ മകനാണ്. വരുൺ. ദൂരെയെവിടെയോ പഠി ക്കുന്നു. അവൻ ശരിക്കുമൊരു അസത്താണ്.” ഡോളി അത്രയും പറ

യുന്ന സമയംകൊണ്ട് വരുൺ ബാഗുകൾ വലിച്ചെറിഞ്ഞ് അകത്തെ മുറിയിലേക്ക് പോയി. അതിനകം ഹോംനേഴ്സ് വയസ്സൻ കിടക്കുന്ന മുറിയിലേക്ക് വലിഞ്ഞിരുന്നു.

വരുൺ എല്ലാ മുറികളും പരതിക്കഴിഞ്ഞാവണം മുൻമുറിയിൽ വീണ്ടും എത്തിയത്. അവിടെക്കിടന്ന സെറ്റിയിൽ പിരിമുറുക്കത്തോടെ ഇരുന്നു. സെറ്റിയുടെ കുഷ്യൻ ആ പിരിമുറുക്കം ഏറ്റുകൊണ്ട് കിർർർ എന്ന് ഒച്ചവച്ചു. മനസ്സുപോലെത്തന്നെ അവന്റെ മുടിയിഴകളും അലക്ഷ്യമായി വിതറിക്കിടന്നിരുന്നു. വരണ്ട ചുണ്ടുകളിൽ കറുത്ത് ഒട്ടിക്കിടന്ന പുച്ഛത്തിന്റെ തരികളുണ്ട്. അവന്റെ കൈവിരലുകൾ ദ്രുതതാളം ആവേശിച്ച മട്ടിൽ ചലിക്കുന്നുണ്ട്.

“റാണീ... എടി റാണീ...” എന്ന് അവൻ ഉറക്കെ വിളിച്ചു. ഇവിടെ ആരും ഇല്ലേ എന്ന് കോപത്തോടെ ചോദിച്ചു. അത്രനേരം അവൻ ചുമന്നുകൊണ്ടുവന്ന ബാഗുകൾ തറയിൽ കിടന്ന് അവനെ പരിഭ്രമത്തോടെ നോക്കി. വയസ്സൻ കിടക്കുന്ന മുറിയുടെ വാതില്ക്കൽ പരിചാരികയുടെ തല പ്രത്യക്ഷപ്പെട്ടു.

“സാറും ആന്റിയും സമയമോളും വരാറായിട്ടില്ല.” റാണി അനിഷ്ടത്തോടെ പുലമ്പി.

“ഓ... ” അവൻ ഗൗരവത്തോടെ മൂളി. “എനിക്ക് ചായ ഇട്ടുതരുവോ?”

ചായ ഇടുന്നത് തന്റെ പണിയിൽ പെട്ടതല്ല എന്ന് അവൾ പറഞ്ഞതുകേട്ട് വരുൺ പരുങ്ങി. “ഫ്രിഡ്ജിൽ പാലൊണ്ട്. വേണേൽ ഇട്ടുകുടി.” അവൾ കൂട്ടിച്ചേർത്തു. റാണി മുറിയിലേക്ക് പിൻവലിഞ്ഞ് കതക് ചാരി. എവിടെയോ നിന്ന് വീണ്ടും പൂച്ചയുടെ നീണ്ട കരച്ചിൽ.

“ഇങ്ങനെ വേണം പെണ്ണുങ്ങൾ.” ഡോളി ആവേശം കൊണ്ടു.. അവളുടെ മുന്നിൽ എത്തിയ ടോണിയോടായി അവൾ തുടർന്നു- “പെണ്ണുങ്ങളെ തീരെ കൊച്ചാക്കുന്ന സ്വഭാവമാണ് പൊതുവെ എല്ലാ ആണുങ്ങൾക്കും.”

“എങ്കിലും ഒരു വാല്യക്കാരി തന്റെ മുതലാളിയുടെ മകനോട് ഇങ്ങനെ പെരുമാറുന്നത് ശരിയാണോ ഡോളീ..” ടോണി സംശയപ്പെട്ടു.

റാണി പോയിക്കഴിഞ്ഞിട്ടും അവളുടെ മൂർച്ചയുള്ള സ്വരം ആ മുറിയിൽ തങ്ങിനിന്നിരുന്നു.. അല്പനേരം കൂടി വരുൺ ആ കതകിലേക്ക് നോക്കിയിരുന്നു. പിന്നെ മെല്ലെ എഴുന്നേറ്റു. അപ്പോൾ സോഫയുടെ കുഷ്യന്റെ ഉള്ളിൽ നിന്നും ഒരു കരച്ചിൽ ഉയർന്നു. ലോഹം ഉരഞ്ഞുയരുന്ന പതിവുകരച്ചിൽ.

ടോണി അവന്റെ ചലനങ്ങൾ മുൻകൂട്ടി കണ്ടുകൊണ്ട് പറഞ്ഞു- “അവന് പകയുണ്ട്. അവൻ ആ മുറിയിലേക്ക് കടക്കുന്നത് അവളെ കയറിപ്പിടിക്കാനാണ്. കട്ടിലിൽ കിടക്കുന്ന വൃദ്ധന് ഒന്ന് അനങ്ങുവാൻ കൂടി കഴിയില്ല. അതിനാൽ ദുർബ്ബലമായ ചെറുത്തുനില്പുകളെ വകവെക്കാതെ അവൻ അവളെ കീഴ്പ്പെടുത്തും. അവളുടെ അഹന്തകൊണ്ട് വിളിച്ചുവരുത്തിയ ഒരു അപകടം ആണത്.”

മുറിയുടെ വാതിൽ അകത്തുനിന്ന് കുറ്റിയിടപ്പെട്ടു. മൽപ്പിടുത്ത

ത്തിന്റെ സ്വരഭേദങ്ങളും ചില കുറുകിയ നിലവിളികളും പുറത്തേക്ക് തല നീട്ടി.

"മിൻമിനീ.. നീയെന്തിനാണ് വിഷമിക്കുന്നത്?" ഡോളി ചോദിച്ചു.

"ആ സാധുപ്പെണ്ണിന് ആരാണ് തുണ?" മിൻമിനി സങ്കടം അടക്കാനാവാതെ തുടർന്നു. "ജീവിക്കാൻവേണ്ടി തൊഴിൽ എടുക്കുന്ന ഒരു മനുഷ്യസ്ത്രീയല്ലേ അവൾ ?"

മോളി അപ്പോൾ കടലിൽ ഒറ്റപ്പെട്ട ഒരു ദ്വീപിലായിരുന്നു. അതിന്റെ ചുറ്റുവട്ടങ്ങളിൽ പവിഴപ്പുറ്റുകൾ നിറഞ്ഞുണ്ട്. ഒരു കടൽക്കാക്കപോലും കടന്നുവരാത്ത ആ ദ്വീപിൽ കിടന്ന് പിടയ്ക്കുന്ന ഒറ്റമത്സ്യത്തിന്റെ വിധിയെ അവൾ വെറുതെ പഴിച്ചു.

ടോണി അവളോട് ന്യായം പറയുവാൻ തുടങ്ങി- "അതുകൊണ്ടാണ് ഞാൻ പറഞ്ഞത്, റാണി ആ യുവാവിനെ പ്രകോപിപ്പിക്കാതെ നോക്കണമായിരുന്നു എന്ന്. സാഹചര്യം അനുകൂലമല്ല എന്ന് അവൾ മനസ്സിലാക്കണമായിരുന്നു. അവൻ ആവശ്യപ്പെട്ട പാനീയം മുടക്കം പറയാതെ ഉണ്ടാക്കിക്കൊടുത്തിരുന്നെങ്കിൽ അങ്ങനെ ഒരു പീഡനം ഉണ്ടാകുമായിരുന്നോ ? മറ്റു ജീവികൾ സാഹചര്യത്തിനനുസരിച്ച് പരിലസിക്കുന്നു. മനുഷ്യർക്ക് പലപ്പോഴും അതിന് കഴിയുന്നില്ല."

"പീഡനം!" ഡോളി പരിഹാസ ശബ്ദത്തിൽ പറഞ്ഞു. "ആ വാക്കിന് മനുഷ്യരുടെ നിഘണ്ടുവിൽ അർത്ഥം ഇപ്പോൾ പലതാണ്. പെണ്ണിന്റെ ശരീരത്തെ മനസ്സിനൊപ്പം ചീന്തിയെറിയുന്നതിന് അവൻ കണ്ടുപിടിച്ച ഓമനപ്പേര്. പെണ്ണിന്റെ സ്വത്വത്തിനെ വകവെക്കാതെ അവളെ വെറും മാംസപിണ്ഡമായി കണ്ടുകൊണ്ട് പെരുമാറുന്നതിനിട്ട വിളിപ്പേര്. അവൾക്ക് ചുറ്റുമുള്ള സർവ്വ ഇടങ്ങളിലും വിലക്കുകല്പിച്ച് നിർത്തിയിട്ട്, അത് ഭേദിച്ചു എന്ന പേരിൽ ആക്രമിക്കുന്നതിന്റെ പദം. അവളുടെ മോഹച്ചിറകുകളെ അരിഞ്ഞിട്ടുകൊണ്ട്, മനസ്സ് മടുപ്പിച്ച് അതിൽ ആഹ്ലാദം കാണുന്നതിന്റെ പുരുഷനിർമ്മിതി. നിസ്സഹായതയിലൂന്നി മരവിച്ചു കിടക്കുന്ന പെണ്ണുടലിനെ ഊഴം വച്ച് ഉഴുതുമറിച്ച കർമ്മത്തിന്റെ മാധ്യമ നിർമ്മിതി. സമൂഹം കല്പിച്ചു കൊടുത്ത ചില ബഹുമാനങ്ങളുടെ മുഖം മൂടിയണിഞ്ഞ് മറകൾക്കു പിന്നിലിട്ട് ബോധപൂർവ്വം പെണ്ണുടലിനെ നോ വിക്കുന്നതിന്റെ പര്യായം. ജീവിതമെന്ത് എന്ന് തിരിച്ചറിയുവാൻ പോലും തുടങ്ങിയിട്ടില്ലാത്ത കുരുന്നുകളെ ചവിട്ടിമെതിക്കുന്ന കാമാന്ധതയുടെ അടയാളവാക്ക്..."

ടോണി അവളെ തടഞ്ഞു. അവന് വീർപ്പുമുട്ടൽ തോന്നി. സമയം ചില്ലുലോകത്തിന് വെളിയിലുള്ള മുറിയിലേക്ക് ഉരുകിയൊലിച്ചു.

മുറിയുടെ കതക് തുറക്കപ്പെട്ടു. ഒരു വിജയിയുടെ ഭാവം പൂണ്ട് വരുൺ ഇറങ്ങിവന്നു. ജീൻസ് മാത്രമായിരുന്നു ധരിച്ചിരുന്നത്. ടീഷർട്ട് ചുരുട്ടി കൈയിൽ പിടിച്ചിരുന്നു. അവൻ സോഫയിൽ വീണ്ടും ഇരുന്നു. സോഫ ഉറക്കെ നിലവിളിച്ചു.

ദുഷ്ടന്റെ ഇരിപ്പുകണ്ടോ... എന്ന് ഡോളി കോപത്തോടെ പുലമ്പി.

അവന്റെ ദേഹം മുഴുവൻ പാപക്കറ പുരണ്ടിട്ടുണ്ടോ എന്ന് മോളി ചോദിച്ചു.

ശരീരത്തിന്റെ ശരികളും മനസ്സിന്റെ ശരികളും തമ്മിൽ ചിലപ്പോൾ ഒത്തുപോകില്ല എന്ന് ടോണി ന്യായം പറഞ്ഞു. കോപം തിങ്ങിയ കണ്ണുകളോടെ അവനെ ഡോളി നോക്കി. ടോണി ഒരു കല്ലിന്റെ മറവിലേക്ക് ഒളിച്ചു.

മുറിയുടെ ഏതോ കോണിൽ മയക്കത്തിലായിരുന്ന പൂച്ച ഓടിവന്ന് വരുണിന്റെ കാലുകളിൽ ഉരുമ്മി. ആ പൂച്ച റാണിയുടെ പരിചരണം ലഭിക്കുന്ന ജന്തുവാണ്. ഡോളി അതിന്റെ പ്രകടനം നോക്കിക്കൊണ്ടിരിക്കെ ചിന്തിച്ചു. റാണി അതിനെ കൈകളിൽ എടുത്ത് താലോലിക്കുന്നതാണ്. ഇടയിലൊക്കെ അതിന് ഭക്ഷിക്കുവാനായി പലതും കൊടുക്കാറുണ്ട്. നിയമപരമായി ആ പൂച്ചയുടെ ഉടമസ്ഥ സമയ ആണെങ്കിലും സമയ എന്ന പെൺകുട്ടിക്ക് ഇപ്പോൾ ആ ജന്തുവിലുള്ള താല്പര്യം ഒട്ടുമുക്കാലും കുറഞ്ഞിരിക്കുന്നു.

വേലക്കാരി ചിന്നമ്മയ്ക്ക് അതിനെ തീരെ ഇഷ്ടമല്ല. അവർ വരുമ്പോൾ പൂച്ച ചില നോവുകളുടെ ഓർമ്മയിൽ എങ്ങോട്ടെങ്കിലും ഓടി യൊളിക്കും. മുന്നിൽ പെട്ടാൽ അവർ അതിനെ പന്തു തട്ടുമ്പോലെ തെറിപ്പിക്കും. ചിന്നമ്മ ഇല്ലാത്ത നേരങ്ങളിൽ പൂച്ച മുറികളിൽ മാറിമാറി ചുറ്റിനടക്കും. സെറ്റിയിൽ കയറിക്കിടക്കും. ഉറങ്ങും. ചിലപ്പോൾ അത് മത്സ്യപ്പെട്ടിയുടെ കീഴെ തറയിൽ വന്ന് മീനുകളെ കൊതിയോടെ നോക്കിയിരിക്കും. കൂട്ടത്തിൽ മുഴുത്ത തന്നിലേക്കാണ് അതിന്റെ നോട്ടം എന്ന് ഡോളിക്കറിയാം. അപ്പോൾ അതിന്റെ കള്ളക്കണ്ണുകളിൽ കൊതി മൂത്തിട്ടുണ്ടാവും.

ഒരു പെണ്ണിനെ കശക്കിയ വിരുതന്റെ കാലിൽ ആ പൂച്ച സ്നേഹത്തോടെ ഉരുമ്മി. ആലസ്യത്താൽ മയക്കം പിടിച്ച അവൻ അത് അറിഞ്ഞുകാണില്ല. പൂച്ച മിനുസമുള്ള നാവുകൊണ്ട് വരുണിന്റെ കാലിൽ നക്കുന്നത് ഡോളി അറപ്പോടെ വീക്ഷിച്ചു.

കുറച്ചുകഴിഞ്ഞ് തകർന്ന മുഖവുമായി റാണി ഇറങ്ങിവന്നു. അവളെ ബലപ്രയോഗത്തിലൂടെ ഭോഗിച്ചവൻ സുഖമായി ഉറങ്ങുന്നു. അവൾ വെറുപ്പോടെ അവനെ നോക്കി മുറിയുടെ മൂലയിൽ അല്പനേരം നിന്നു..

"ഇപ്പോൾ ഭാരമുള്ള ആ വസ്തുകൊണ്ട് അവൾക്ക് അവന്റെ തലയിൽ അടിക്കരുതോ?" മുൻമുറിയിലെ ക്രെഡൻസയിൽ ഇരുന്ന ഗാന്ധി പ്രതിമയെ ഉദ്ദേശിച്ചാണ് മിൻമിനി വിളിച്ചുപറഞ്ഞത്. ശരീരത്തിലും മനസ്സിലും നിറഞ്ഞ മുറിവുകളുമായി റാണി കുളിമുറിയിലേക്ക് ഇഴഞ്ഞു.

രണ്ട്

"വീട് ഒരു സ്വർഗ്ഗമായിരിക്കണം. എങ്കിൽ മാത്രമേ അതിൽ കഴിയുന്ന ജീവികൾക്ക് സ്വസ്ഥിയുണ്ടാകൂ." മോളി പറഞ്ഞു.

"അത് ശരിയല്ല മോളീ.. വീടിന്റെ ഒരു പകുതി സ്വർഗ്ഗവും മറുപകുതി നരകവും ആയിരിക്കണം. എങ്കിലേ വീട്ടിനുള്ളിലെ ജീവികൾക്ക് തോന്നുമ്പോൾ സ്വർഗ്ഗത്തിലേക്കും നരകത്തിലേക്കും മാറിമാറി

സഞ്ചരിക്കുവാൻ കഴിയൂ." ടോണി അവളെ എതിർത്തു.

"എന്തിനാണ് നരകത്തിൽ പോകുന്നത് ?" മോളി ചോദ്യമെറിഞ്ഞു.

"മണ്ടന്മാരായ മനുഷ്യരുടെ സങ്കല്പ ലോകമാണ് മോളീ സ്വർഗ്ഗവും നരകവുമെല്ലാം. ശരിക്കും മനുഷ്യനല്ലാതെ മറ്റൊരു ജീവി വർഗ്ഗവും സ്വർഗ്ഗത്തിലും നരകത്തിലും വിശ്വസിക്കുന്നില്ല. മനുഷ്യേതര ജീവികൾക്കെല്ലാം ഈ ഭൂമി മാത്രമേ സത്യമായതൊള്ളു. ഇവിടുത്തെ ഗൃഹനാഥനായ നേതാവിന്റെ പുതിയ വീടു പണിയുന്നയാൾ സ്വർഗ്ഗം പോലുള്ള വീട് പണിഞ്ഞുനല്കാമെന്ന വാഗ്ദാനം നല്കിയത് കണ്ടില്ലേ? ഭൗതികമായ ഒരു ചട്ടക്കൂട് മാത്രമല്ലേ അയാൾക്ക് നിർമ്മിക്കുവാൻ കഴിയൂ? അതിലുള്ള ജീവിതം എങ്ങനെ അയാൾക്ക് നിർണ്ണയിക്കുവാൻ കഴിയും?"

നേതാവ് സിറ്റിയുടെ അടുത്ത് പണിയിപ്പിക്കുന്ന പുതിയ വീടിന്റെ കോൺട്രാക്ടർ അർജ്ജുനൻ താൻ വെറുമൊരു എഞ്ചിനീയർ മാത്രമല്ല എന്ന് മുറിയുടെ മദ്ധ്യത്തിൽ ഞെളിഞ്ഞുനിന്ന് പ്രഖ്യാപനം നടത്തിയത് കുറച്ചു മുമ്പാണ്.. പ്ളാൻ ചെയ്ത് നിർമ്മിക്കുന്ന സിമന്റുശില്പങ്ങളുടെ വിഭിന്ന ഭാവങ്ങളെ സൂക്ഷ്മാർത്ഥത്തിൽ തന്നെ അതിന്റെ ഉടമസ്ഥർക്ക് സമയാസമയങ്ങളിൽ വിവരിച്ചുകൊടുക്കാറുണ്ടെന്ന് അയാൾ പറഞ്ഞു. "ഒരു വീടിന്റെ പണികൾ തീരുംമുമ്പേ ഉടമസ്ഥരെ ആ വീട്ടുകാരാക്കി രൂപപ്പെടുത്തുകയാണ് ഞാൻ ചെയ്യുന്നത് സുബാബുസാറേ.." അയാൾ ചിനച്ചു.

സംസാരിക്കുന്നതിന്റെ ഇടയിൽ മനസ്സിൽ കണക്കുകൂട്ടിയെടുത്ത ഒരു കുടീരത്തിന്റെ പണിയിലെന്ന മട്ടിൽ അയാളുടെ കൈകൾ വായുവിൽ ഉഴിയുന്നത് ശ്രദ്ധിക്കുകയായിരുന്നു ഡോളി. മറ്റു ജീവികൾ വീട് അഥവാ കൂട് കെട്ടുന്നതും പൊണ്ണനായ മനുഷ്യൻ പണിയുന്നതും താരതമ്യപ്പെടുത്തുവാൻ അതിനിടെ അവൾ പരിശ്രമിച്ചു. ജീവികളുണ്ടാക്കുന്ന കൂടുകൾ തലമുറകളെ വാർത്തെടുക്കുവാൻ വേണ്ടിയുള്ള ഇടം മാത്രമല്ല മറിച്ച് അവയുടെ ആവിഷ്കാരത്തിനുള്ള ഉപാധി കൂടിയാണ് എന്ന് അവൾ അഭിപ്രായപ്പെട്ടു.

അപ്പോൾ മോളി അവളോട് മന്ത്രിച്ചത് "കൂടു കെട്ടിയ ജീവികൾക്ക് അഭയസ്ഥാനമാണ് അവിടം'' എന്നായിരുന്നു. അവൾ പറഞ്ഞു- "പാർപ്പിടം കെട്ടുന്ന ജീവികൾക്ക് അത് ഒളിയിടം കൂടിയാണ്."

"മനുഷ്യൻ വീടുകൾ നിർമ്മിച്ചശേഷം അതിനെ വാസയോഗ്യം അല്ലാതാക്കുന്നവനാണ്. പരമാവധി വലുപ്പത്തിൽ കെട്ടിയൊരുക്കുന്ന ഗൃഹത്തിന്റെ ഉള്ളറകളിൽ ഓരോവിധം സാമഗ്രികൾ കുത്തി നിറച്ച് അതിനിടയിൽ അവൻ ശ്വാസം മുട്ടിക്കഴിയുന്നു." ഡോളിയുടെ വാക്കുകൾ ജലത്തിൽ ലയിച്ചു.

കോൺട്രാക്ടർ നേതാവിനുനേരെ ചാഞ്ഞുകൊണ്ട് പറയുവാൻ തുടങ്ങി - "സുബാബുസാറേ.. ഇന്നെല്ലാവരും മറുനാടൻ തൊഴിലാളികളെക്കൊണ്ട് വേലയെടുപ്പിച്ച് കാശൊണ്ടാക്കുകയാണ്. ഉത്തരേന്ത്യയിൽ നിന്നു വണ്ടികയറി ഇവിടെയിറങ്ങുന്ന ഹിന്ദിക്കും ബംഗാളിക്കും മനസ്സുകൊണ്ട് പണിയെടുക്കുവാൻ അറിയില്ല. അവർ കൈകൊണ്ടു

മാത്രമാണ് പണിയെടുക്കുന്നത്. ഞാൻ അത്തരം പണിക്കാരെ പണിക്കു വെക്കാറില്ല. ഗൾഫീന്ന് പിരിഞ്ഞുവന്ന നല്ല ക്ലാസ് പണിക്കാരുണ്ട് നമ്മുടെ കൈയിൽ. സാറ് ഒരു ദെവസം സൈറ്റിലോട്ട് വന്നാട്ടെ. മെഷീൻ പണിയുമ്പോലല്ലേ ലവമ്മാര് പണിയെടുക്കുന്നത്. ഇങ്ങനെ നിർത്താതെ പണിയും. പെർഫക്ടായിട്ട്. അവിടെ അറബികൾ നേരാംവണ്ണം പണിയെടുപ്പിച്ച് ശീലിപ്പിച്ചതല്ലേ. അതിന്റെ കൊണമാ. "

എന്നാലും ഇവനൊക്കെ നാട്ടിൽ എത്തിക്കഴിഞ്ഞാൽ നമ്മുടെ നാട്ടുകാരുടെ തനിസ്വഭാവം കിട്ടില്ലേ എന്ന് നേതാവ് സംശയം പ്രകടിപ്പിക്കാതിരുന്നില്ല.

"നമ്മൾ ശ്രദ്ധിച്ചില്ല എങ്കിൽ അതു സംഭവിക്കും. അതിനൊരു വേലയുണ്ട്." കോൺട്രാക്ടർ സ്വരം അല്പം താഴ്ത്തിക്കൊണ്ട് തുടർന്നു- "ഗൾഫിലെന്താ ശരിക്കും കഥയെന്ന് സാറമ്പേഷിച്ചിട്ടുണ്ടോ? അവിടെ കടുത്ത നെയമങ്ങളാണ്. പണിക്കു ചെല്ലുന്ന നേരം എവരുടെയൊക്കെ മൊബൈൽഫോൺ അറബിയങ്ങ് വാങ്ങും. നാക്കു പിഴുതെടുക്കും പോലെയാണത്. പിന്നെ മിണ്ടാൻകൂടി സമ്മതിക്കില്ല. എന്റെ സൈറ്റിലൊക്കെ ഞാൻ അത്തരത്തിൽ ചിട്ടകള് വരുത്തീട്ടുണ്ട്. രാവിലെ തന്നെ സർവ്വതിന്റെയും മൊബൈൽഫോൺ ഞാനിങ്ങ് വാങ്ങും. മൊബൈല് കൈയിലില്ല എങ്കിൽ പിന്നെ ഇവരൊക്കെ വായ മൂടിക്കെട്ടിയ മാതിരിയാണ്. ഈ കുന്തത്തിൽ സംസാരിച്ചു സംസാരിച്ച് ശീലിച്ചിട്ട് ഇപ്പം മുഖത്തുനോക്കി വർത്താനം പറയുന്ന ശീലം ഇവർക്കൊക്കെ ഇല്ലാണ്ടായി സാറേ.. അവനൊക്കെ വല്ല അത്യാവശ്യ വിളീം വന്നാൽ അത് എന്റെ നമ്പരിലേ വരൂ. പിന്നെ ഉച്ചത്തീറ്റ ഞാനങ്ങ് കൊടുക്കും. വിശ്രമിക്കാൻ സമയം കൃത്യം. അതു കഴിഞ്ഞാൽ വീണ്ടും പണി. ഒരുത്തൻ വാ തൊറക്കില്ല."

നേതാവ് ഒരു അത്ഭുത മനുഷ്യനെ കാണുന്ന കണക്കിന് അർജ്ജുനൻ കോൺട്രാക്ടറെ മിഴിച്ചു നോക്കി.

നാട്ടുകാരെ പറ്റിച്ചുണ്ടാക്കിയ പണംകൊണ്ട് അയാളുണ്ടാക്കുന്ന രണ്ടാമത്തെ വീടാണ് അത് എന്ന് ഡോളി പുലമ്പി. നഗരത്തിന്റെ പ്രാന്തത്തിലുള്ള ഏതെങ്കിലും പുറമ്പോക്കു ഭൂമി അയാൾ തന്റെ സ്വാധീനം ഉപയോഗപ്പെടുത്തി പതിച്ചെടുത്തിട്ടുണ്ടാവും എന്നവൾക്ക് ഉറപ്പുണ്ട്. അങ്ങനെ മാലോകരെ പറ്റിക്കുന്ന നേതാവിനെ വീമ്പുപറഞ്ഞ് ആ കോൺട്രാക്ടർ കബളിപ്പിക്കുകയാണെന്ന് അവൾ പറഞ്ഞു.

മീനുകൾക്കും പറവകൾക്കും പാമ്പുകൾക്കും പുൽച്ചാടികൾക്കും മറ്റുള്ള എല്ലാ ജീവജാലങ്ങൾക്കും അവകാശപ്പെട്ട ഭൂമി മനുഷ്യൻ മത്സരിച്ച് വീതിച്ചെടുക്കുകയാണെന്ന് മത്സ്യങ്ങൾ കുറ്റപ്പെടുത്തി. എന്നിട്ട് അവിടെയെല്ലാം അവൻ സ്വന്തം വീടുകൾ കെട്ടുന്നു. ആ വീട്ടിലേക്ക് അവനിഷ്ടമുള്ള ജീവികളെമാത്രം പ്രവേശിക്കുവാൻ അനുവദിക്കുന്നു.

"പണി കഴിഞ്ഞ പുതിയ വീട്ടിലേക്ക് നമ്മളെയും അയാൾ പറിച്ചുനടുമായിരിക്കും അല്ലേ?" മോളി സന്ദേഹപ്പെട്ടു. "അങ്ങനെയെങ്കിൽ ഏറ്റവും കൂടുതൽ ദുഃഖിക്കുന്നത് ഞാനായിരിക്കും. ഈ ചുവരിനപ്പുറ

ത്തുനിന്നും ഇടയ്ക്കിടെ കേൾക്കുന്ന കടൽത്തിരകളുടെ ശബ്ദം എനിക്ക് നഷ്ടപ്പെടില്ലേ ?"

"അതാ... പൂവുകളും ചെടികളുമില്ലാത്ത ഈ മുറിയുടെ അതിരുകൾക്കുള്ളിലേക്ക് ഒരു ശലഭം കടന്നു കയറി. തേനും പൂമ്പൊടിയുമില്ലാത്ത ഈ ലോകത്തിൽ അതിനെന്താണ് കാര്യം ?" ടോണി ചോദിച്ചു.

"പാവം. അതിനറിയില്ലല്ലോ ചുവരുകളുടെ മറുപുറത്ത് എന്തെന്ന്. കൂടുതൽ തേനൂറുന്ന പൂവുകൾ തേടി. പുതിയ മേച്ചിൽപ്പുറങ്ങൾ തിരക്കി അത് പറന്നതാണ്. ഇപ്പോൾ പുറത്തേക്കുള്ള വഴി തിരിച്ചറിയുന്നില്ല."

"എവിടെയും പറന്നു ചെല്ലുവാൻ കഴിയും എന്ന് അഹങ്കരിക്കുന്നവർക്കുള്ള വിധിയാണിത്"

"അതാ.. തുറന്നു കിടക്കുന്ന ജാലകം വഴിയാണ് അത് കടന്നെത്തിയത്. വന്ന വഴി തിരിച്ചറിയാനാവാതെ അത് കുഴങ്ങുകയാണ്. പറഞ്ഞു കൊടുക്കുവാൻ നമുക്ക് അതിന്റെ ഭാഷ അറിയില്ലല്ലോ?"

പറന്നു തളർന്നിരിക്കുമ്പോൾ ആ മുറിയുടെ മച്ചിൽ പതുങ്ങിയിരിക്കുന്ന ഏതെങ്കിലും പല്ലിയോ സെറ്റിയുടെ മുകളിൽ കരുതിയിരിക്കുന്ന പൂച്ചയോ അതിനെ പിടി കൂടുമെന്ന് ഡോളി കൂട്ടിച്ചേർത്തു.

"ജന്തുക്കളുടെ ഭാഷ അറിയാവുന്ന ആ അതിഥി ഇപ്പോൾ കടന്നു വന്നിരുന്നെങ്കിൽ !" മിൻമിനി ആഗ്രഹിച്ചു.

"എന്തിനാണ് ആ പല്ലിയുടെ അല്ലെങ്കിൽ പൂച്ചയുടെ ഭക്ഷണം നഷ്ടപ്പെടണം എന്ന് നിങ്ങൾ ആഗ്രഹിക്കുന്നത്.. ആ ജീവികൾക്കൊന്നും ചിന്നമ്മ ആഹാരം സ്പൂണിൽ തൂകിക്കൊടുക്കുന്നില്ല എന്ന് ഓർമ്മ വേണം. ഇരകളുടെ ഇത്തരം അബദ്ധങ്ങളിൽ ആണ് പലപ്പോഴും അവ ആഹാരം കണ്ടെത്തുന്നത്. അത് ഈ ലോകത്തിന്റെ നിയമം ആണ്."

മൂന്ന്

അന്ന് ഓഫീസിൽനിന്ന് വീടെത്തിയ സൂനജയുടെ പിന്നാലെ ഒരു ചെറുപ്പക്കാരൻ ഉണ്ടായിരുന്നു. അയാളെ മുൻമുറിയിൽ വിട്ടുകൊണ്ട് അവൾ ഉള്ളിലേക്ക് പോയി. അയാൾ സെറ്റിയുടെ മാർദ്ദവം രുചിച്ചുകൊണ്ട് മെല്ലെ ഇരുന്നു. ഇപ്പോൾ അയാളുടെ നോട്ടം ടീപ്പോയിലിരുന്ന ഫ്ളവർവേസിൽ കുത്തിനിറച്ച പ്ലാസ്റ്റിക് പൂക്കളിലാണ്. കടുംനിറമുള്ള പ്ലാസ്റ്റിക് പൂക്കൾ.

സൂനജ കടന്നുവന്നപ്പോൾ അയാൾ മുഖമുയർത്തി. അവൾ സാരി മാറി ഇളംമഞ്ഞ നിറമുള്ള നൈറ്റി അണിഞ്ഞിരുന്നു.

"ഷിനോജ് ഇരുന്ന് മുഷിഞ്ഞോ ?" അവൾ ചോദിച്ചു.

അയാൾ ഇല്ല എന്ന് കഷണ്ടിത്തലയിളക്കിക്കൊണ്ട് പറഞ്ഞു– "ബീച്ചിൽ നിന്നുവരുന്ന തണുത്ത കാറ്റ് ഈ മുറിയിലേക്ക് കിട്ടുന്നുണ്ട്."

"മോള് കുളിക്കാൻ കേറി. അവൾക്ക് ട്യൂഷൻ ഒണ്ട്. ഇപ്പോൾ പോയാൽ എട്ടര ഒൻപത് മണിയാവും തിരികെ വരുവാൻ.." സൂനജ അകത്തെ മുറിയിലേക്ക് എത്തിനോക്കിക്കൊണ്ട് പറഞ്ഞു.

അവരുടെ പ്രകടനം ചില്ലിൽ മുഖം ചേർത്തുകൊണ്ട് നോക്കിക്കാണുകയാണ് മിൻമിനി. അവൾ മെല്ലെ തിരിഞ്ഞ് ഡോളിയുടെ അടുത്തെത്തി.

“ഷിനോജ് .. ഇതേതാണ് പുതിയ കഥാപാത്രം?” മോളി ആരാഞ്ഞു.

“അതാണ് ജാരൻ. അവൻ ഇരിക്കുമ്പോൾ മാത്രം ആ ഇരിപ്പിടം ശബ്ദമുണ്ടാക്കിയില്ല എന്നത് ശ്രദ്ധിച്ചോ? മനുഷ്യരുടെ ഒരു കഥയും ഇത്തരം ഒരു കഥാപാത്രമില്ലാതെ പൂർണ്ണമാകാറില്ല. വിവാഹിതയായ സ്ത്രീയുടെ രഹസ്യവേഴ്ചക്കാരൻ എന്നാണ് വാക്യാർത്ഥം. ഇന്ന് വീട്ടുകാരനായ നേതാവ് സ്ഥലത്ത് ഇല്ലല്ലോ? അയാൾ പാർട്ടി ആവശ്യങ്ങൾക്ക് ദൂരെ എവിടെയോ പോയിരിക്കാം. ആ തക്കത്തിന് തന്റെ ജാരനെ ഇവിടെ അവതരിപ്പിച്ചതായിരിക്കാം കഥാനായികയായ വീട്ടമ്മ.”

“പുരുഷനെ കുറ്റങ്ങളുടെ കേന്ദ്രസ്ഥാനത്ത് നിർത്തുന്നതാണല്ലോ പതിവ്?” എന്ന് പറഞ്ഞുകൊണ്ട് ടോണി അവളുടെ അടുത്തെത്തി തുടർന്നു- “എപ്പോഴും കേട് ഇലയ്ക്കും കുറ്റം മുള്ളിനുമായിരിക്കുമല്ലോ മനുഷ്യന്റെ കുടുംബസംഹിതയിൽ.”

“തീർച്ചയായും അത് സത്യമാണ്. പെണ്ണുങ്ങളെ വശീകരണവിദ്യകൾ ചെയ്തുകൊണ്ട് പാട്ടിലാക്കുന്നത് പുരുഷന്റെ ഒരു അടവുനയമാണ്. അതിനായി അവൻ പല വേലത്തരങ്ങൾ കാണിക്കുന്നു. പെണ്ണിന്റെ ബലഹീനതകൾ കൃത്യമായി മനസ്സിലാക്കി അവളെ കബളിപ്പിക്കുന്നു. എന്നിട്ട് അപകടസന്ധിയിൽ അവളെ കൈവിട്ട് അവൻ രക്ഷപ്പെട്ടിരിക്കും. കുറ്റം മുഴുവൻ മിക്കപ്പോഴും പെണ്ണിനാവും. എന്നിട്ടും ഈ മനുഷ്യസ്ത്രീകൾ പുരുഷന്മാരെ വെറുതെ പ്രകീർത്തിക്കുന്നു.” ഡോളി കിതച്ചു.

പഠിക്കുവാൻ പോകുന്നതിനുള്ള തയ്യാറെടുപ്പുകളുമായി സമയമോൾ മുൻമുറിയിലേക്കെത്തി.

“ഹായ് അങ്കിൾ..” എന്ന് ഉറക്കെ പറഞ്ഞുകൊണ്ട് അവൾ ഷിനോജിനെ കൈ ഉയർത്തിക്കാട്ടി. അയാൾ പ്രത്യഭിവാദനം ചെയ്തു. സമയ അണിഞ്ഞിരുന്നത് ഇറക്കമില്ലാത്ത തവിട്ട് ടോപ്പും പിങ്ക് നിറത്തിലെ ലെഗ്ഗിൻസുമായിരുന്നു. അവളുടെ തുടയുടെ വടിവുകളിൽ കൊത്തി സ്വയം വലിക്കപ്പെടാതിരിക്കുവാൻ ഷിനോജ് മുഖം വെട്ടിക്കുന്നത് മിൻമിനി ശ്രദ്ധിച്ചു.

മകൾക്ക് ഒരു തംബ്ളറിൽ പാലുമായി എത്തിയ സൂനജ അവർക്കിടയിൽ കയറി മറ തീർത്തു. മകളുടെ സാമാന്യം മുഴുത്ത ദേഹത്തിൽ അരിച്ചുകയറിയേക്കാവുന്ന അതിഥിയുടെ കണ്ണുകളെ അവർ സൂത്രത്തിൽ അറിഞ്ഞിരിക്കുമെന്ന് മിൻമിനി കണക്കുകൂട്ടി.

“എവിടെയാണ് ക്ലാസ്? ഇവിടെ അടുത്താണോ?” അയാൾ ചോദിച്ചു.

“ഉം..” അവർ പറഞ്ഞു. മകൾക്ക് ബൈ പറഞ്ഞ് മുൻകതക് അടച്ചു. അയാൾക്ക് ചായ എടുക്കുവാനായി അവർ വീണ്ടും അടുക്കളയിലേക്ക് പോയി.

ക്ലോക്ക് ആറുമണി എന്ന് മുഴക്കത്തോടെ ഓർമ്മിപ്പിച്ചു.

“ഇനി രാത്രി ഒൻപതു മണിവരെ അവരുടെ സമയമാണ്.” മിൻമിനി പറഞ്ഞു. “പാവം സുബാബു.”

ടെലിവിഷനിലെ ചാനലുകൾ മാറ്റിമാറ്റി കാണുകയാണ് ഷിനോജ്

എന്ന ജാരൻ. ഒരു പ്രൈം ടൈം സീരിയലിൽ റിമോട്ട് ഒതുക്കിപ്പിടിച്ച് കുറച്ചുനേരം അയാൾ നിന്നു. വീട്ടമ്മയെയും രഹസ്യവേഴ്ചക്കാരനെയും ഗൃഹനാഥൻ കൈയോടെ പിടിക്കുന്ന രംഗമായിരുന്നു അത്. അയാൾക്ക് കൗതുകം തോന്നിയിട്ടുണ്ടാവണം.

"സത്യത്തിൽ ശരിയായി രൂപകല്പന ചെയ്യപ്പെട്ട ജാരൻ ഒരിക്കലും പിടിക്കപ്പെടില്ല." ഡോളി മോളിയോടായി വിവരിച്ചു.- "കാരണം അയാൾ ഓരോ പെണ്ണിന്റെയും മനസ്സിനുള്ളിലായിരിക്കും. അവനൊരു സ്ഥൂല ശരീരം ഉണ്ടായിക്കൊള്ളണം എന്നില്ല."

മിക്ക പെണ്ണുങ്ങളുടെയും മനസ്സിൽ അങ്ങനെ ഒരു ജാരൻ ഉണ്ടായിരിക്കുമെന്നാണോ അതിനർത്ഥം എന്ന് മോളി കറുത്ത കണ്ണുകൾ ചലിപ്പിച്ചുകൊണ്ട് ചോദിച്ചു.

ഒരു സങ്കല്പജാരൻ എങ്കിലും ഉണ്ടായിരിക്കും എന്ന് ഡോളി ഉറപ്പിച്ചു പറഞ്ഞു.

ഇരുണ്ട മുഖമുള്ള ഒരു മനുഷ്യരൂപത്തെ ഡോളി സങ്കല്പിച്ചു. അവന്റെ വലിയ ലിംഗം കണ്ടമാനം തുറിച്ചുനില്ക്കുന്നു. അത് അവന്റെ ദേഹത്തേക്കാൾ മുഴുത്തു. ഭോഗാസക്തി കൂടിവന്നപ്പോൾ എത്ര സംഭോഗങ്ങൾക്കും അതിനെ തൃപ്തിപ്പെടുത്തുവാൻ കഴിയാതെ വന്നു. ഒടുക്കം അത് അതിന്റെ ഉടമയുടെ കഴുത്തിൽ ചുറ്റിവരിയുന്നതോർത്തപ്പോൾ അവൾ ഒരു വിചിത്ര സ്വരം പുറപ്പെടുവിച്ചു.

"എന്തുപറ്റി?" തൊട്ടടുത്ത് നിന്നിരുന്ന ടോണി ആരാഞ്ഞു.

നിന്റെ ലിംഗം നിന്നെ കൊല്ലുമെന്ന് അവൾ മറുപടി പറഞ്ഞപ്പോൾ ടോണി കോപത്തോടെ അവളെ കൊത്തി. അവൾ തിരികെ ആക്രമിച്ചു. പുറത്ത് ശക്തിയായ കാറ്റടിച്ചതു കൊണ്ടാവാം ഫ്ളാറ്റിന്റെ ജാലകശീലകൾ വല്ലാതെ ഉയർന്നുപൊങ്ങി.

"മോള് കുടയെടുത്തില്ല. മഴ പെയ്യുമെന്ന് തോന്നുന്നു." സൂനജയുടെ ആത്മഗതം .

ഷിനോജിന്റെ ചുണ്ടിൽ ഒരു ചിരി വിടർന്നു. അയാൾ കാപ്പി കുടിക്കുന്നത് അഭിനയിക്കുകയായിരുന്നു. ഇപ്പോൾ അയാൾ ടെലിവിഷനിലേക്ക് നോക്കുന്നില്ല. അതിന്റെ സ്ക്രീനിൽ ഒരു ഹിന്ദി തട്ടുപൊളിപ്പൻ ഗാനമാണ്. സൂനജ റിമോട്ട് കൈയെത്തി എടുത്ത് ടെലിവിഷന്റെ ശബ്ദത്തെ നിയന്ത്രിച്ചു. അവൾ കാപ്പിക്കപ്പ് ടീപ്പോയിൽ വച്ചിട്ട് അയാളുടെ അടുത്ത് ഇരുന്നു.

"അവരുടെ മുഖത്ത് കുറ്റബോധമുണ്ട്. എല്ലായ്പ്പോഴും കുറ്റബോധത്തോടെയാണ് അവൾ രഹസ്യകാമുകനെ നേരിടുന്നത്. ഈ കുറ്റബോധം സമൂഹനിർമ്മിതികളുടെ പല ഉപഉല്പന്നങ്ങളിൽ ഒന്നാണ്. എന്നാൽ ചില പ്രായോഗികവാദങ്ങൾ അവളുടെ കുറ്റബോധത്തെ കീഴ്പ്പെടുത്തുന്നു."

മിൻമിനി സംശയങ്ങൾ കൂടിക്കുഴഞ്ഞ മനസ്സുമായി ഒരുവട്ടം നീന്തിയലഞ്ഞ് വീണ്ടും ഡോളിയുടെ അടുക്കലെത്തി. അവളുടെ സംശയം ഒരു ചോദ്യമായി ഉരുവം കൊണ്ടു.

"ഇത്തരത്തിൽ പ്രകൃതിവരുദ്ധമായി നിർമ്മിക്കുന്ന സാമൂഹിക

നിയമാവലികളുടെ അധികഭാരം മനുഷ്യസമൂഹം വെറുതെ പേറുന്നില്ലേ? അത് അവർ നയിക്കേണ്ട മഹത്തായ ജീവിതത്തെ പിന്നോട്ട് വലിക്കുന്നില്ലേ?"

ഡോളി എന്തെങ്കിലും ഒരു ഉത്തരം പറയുവാൻ തുടങ്ങുന്നതിനുമുമ്പ് മുൻമുറിയിലെ സോഫയിൽനിന്ന് ഒരു പൊട്ടിക്കരച്ചിൽ ഉയർന്നു. അത് സൂനജയായിരുന്നു.

ഷിനോജ് ആദ്യം ഉണ്ടായ പരിഭ്രമം ഒതുക്കുവാൻ അല്പസമയം എടുത്തു. പിന്നെ അയാൾ അവളെ സമാധാനിപ്പിക്കുവാനായി ദേഹത്ത് ചേർത്തുപിടിച്ച് തലോടി. കരച്ചിലിനെ മുക്കിക്കെടുത്തുവാൻ വേണ്ടിയാവണം അവൾ അയാളിലേക്ക് അമർന്നിരുന്നു.

"ഡോണ്ട് ബീ സോ സില്ലി.." അയാൾ പുലമ്പി.

"അവൾ എന്നെ ചതിക്കുകയായിരുന്നു ഷിനോജ്. ഒരു സുഹൃത്തിന്റെ വേഷം കെട്ടിക്കൊണ്ട് എന്റെ എല്ലാ രഹസ്യങ്ങളും അവൾ മനസ്സിലാക്കി. തെളിവായി ഉയർത്തിക്കാട്ടുവാൻ പലതും അവൾ സൂക്ഷിച്ചിരി ക്കുന്നു. ഇപ്പോൾ അതെല്ലാം നിരത്തി ഒരു വിലപേശൽ നടത്തുകയാണ് അവൾ."

"ഹേയ്.. കൊച്ചു കുട്ടികളെപ്പോലെ കരയാതെ.. അവൾ വെറുതെ പേടിപ്പിക്കുന്നതാണ്. എന്ത് തെളിവാണ് അവളുടെ കൈയിൽ ഉണ്ട് എന്ന് പറയുന്നത്? ഒക്കെ വെറുതെയായിരിക്കും. നിന്നെ വിരട്ടി അവളുടെ വരുതിയിൽ നിർത്തണം. അത്രേ കാണൂ ലക്ഷ്യം."

സൂനജ കരച്ചിൽ നിർത്തി. ഷിനോജ് അവളുടെ ചെവിയിൽ ചുംബിച്ചു.

"ഇങ്ങനെ ഉമ്മയൊക്കെ ഉണ്ടെങ്കിലും രണ്ടാളുടെയും ഉള്ളിൽ എന്തോ എരിയുന്നുണ്ട്." മിൻമിനിയുടെയും ഡോളിയുടെയും ഇടയിൽ വന്നെത്തിയ ടോണി പറഞ്ഞു. എല്ലാം കണ്ടും കേട്ടും അവൻ അടുത്തെവിടെയോ ഉണ്ടായിരുന്നു.

"അവരിപ്പോൾ കിടപ്പുമുറിയിലേക്ക് പോകും. പിന്നെ എല്ലാ ദുഃഖങ്ങളും മറക്കുവാനുള്ള വേലയൊക്കെ അവർക്കറിയാം" എന്ന് ഉറക്കെ പറഞ്ഞുകൊണ്ട് ടോണി ഉയർന്നു. അവൻ ഉപരിതലത്തിൽ ചെന്ന് ഒരു കവിൾ വായു ഉൾക്കൊണ്ട് തിരികെ വന്നു.

"മനുഷ്യന്റെ നിയമങ്ങൾ ബഹുരസം തന്നെ. അല്ലേ ടോണീ.."

"ഒൻപതു മണിക്ക് മോൾ വരും" സൂനജ അയാളെ ഓർമ്മിപ്പിച്ചു. അയാൾ വാച്ചിൽ സമയം പരതി. ജാലകത്തിലെ തിരശ്ശീലകളെ കാറ്റ് പൊന്തിച്ചു. ഡോളിക്ക് പുറത്തെ ആകാശത്തിന്റെ കാഴ്ച ഒരു ഇടവേളയിലേക്ക് ലഭിച്ചു. അവൾ കണ്ണുചിമ്മുന്ന നക്ഷത്രങ്ങൾ ഏതെങ്കിലും ആ ഇത്തിരിക്കീറ് ആകാശത്തിൽ തെളിഞ്ഞിട്ടുണ്ടോ എന്ന് നോക്കി നിരാശയായി.

ജാരൻ രംഗം വിട്ടപ്പോൾ ഒഴിഞ്ഞ മുറിയിലേക്ക് മാർജ്ജാരൻ ഓടിയെത്തി. അത് മുറി മുഴുവൻ പരിശോധിച്ചിട്ട് മത്സ്യപ്പെട്ടിയുടെ കീഴിലെത്തി. മിനുസമുള്ള രോമങ്ങളിൽ പൊതിഞ്ഞ ദേഹത്തെ നീട്ടിയും വളച്ചും വിജൃംഭിപ്പിച്ചു. ഡോളി അതിന്റെ കണ്ണുകളിലെ കൗശലം കണ്ടു.

പൂച്ച അടയാളപ്പെടുത്തുന്നത് ഒരു വേട്ടയുടെ ഓർമ്മയാണ് എന്ന്

മോളിയോട് കുറച്ചുനേരം മുമ്പ് സൂചിപ്പിച്ചതാണ്. കാൽനഖങ്ങൾ ഉൾവലിച്ച് കണ്ണുകളടച്ച് ധ്യാനരൂപിയായി അത് അരികെയിരിക്കുമ്പോൾ ഏതുനേരവും മറ ഭേദിച്ച് പ്രത്യക്ഷമാകുവാൻ ഇടയുള്ള ഒരു വേട്ടക്കാരനെക്കുറിച്ച് ഇരകൾ കരുതലെടുക്കണം. അതിന് നമ്മൾ കനത്ത ചില്ലുകൂടിന്റെ സുരക്ഷിത വലയത്തിനുള്ളിൽ അല്ലേ എന്ന് മോളി ആശ്വസിച്ചു.

എത്ര കനമുള്ള ചില്ലുകൂടുകളിൽ ആണെങ്കിലും മീനുകളിൽ എത്തുവാൻ പൂച്ചകൾക്ക് ഒരു വഴിയുണ്ടാവും എന്നാണ് അതിന് അവൾ മറുപടി പറഞ്ഞത്.

ഡോളി ടെലിവിഷൻ സെറ്റ് എന്ന കാഴ്ചപ്പെട്ടിയെക്കുറിച്ച് ചിന്തിച്ച് കാടുകയറി. മനുഷ്യർ വിവിധലോകങ്ങളിലെ കാഴ്ചകളെ അങ്ങനെ സൗകര്യപൂർവ്വം സ്വീകരണമുറിയിൽ ഇരുന്ന് നോക്കിക്കാണുകയാണല്ലോ എന്നവൾ ഓർത്തു. കാഴ്ചകൾ അതിൽ മിന്നിമറയുന്നു. ഭൂമിയും ആകാശവും. കുന്നുകളും നദികളും. മൃഗങ്ങളും പക്ഷികളും പൂന്തോപ്പുകളും മരുഭൂമികളും. സ്ത്രീകളും പുരുഷന്മാരും അവരുടെ ജീവിതവും.. വീണ്ടും പുതിയ കാഴ്ചകൾ. അവൻ ആ കാഴ്ചകളിലൂടെ ചരിക്കുന്നു. വിഭിന്നമായ ആ കാഴ്ചത്തുണ്ടുകളിലൂടെ അവർ പ്രപഞ്ചത്തെ അറിയുന്നു. അങ്ങനെ അറിവ് നേടിക്കൊണ്ടേയിരിക്കുന്നു. അതിരുകൾ ഇല്ലാത്ത അറിവുകൾ. അവസാനമില്ലാത്ത കാഴ്ചകൾ. അതാണ് മനുഷ്യന്റെ അഹങ്കാരം.

“അവർ കാഴ്ചകൾ നോക്കിക്കാണുന്ന ആ പെട്ടി നമുക്ക് അഭിമുഖമായി തിരിച്ചുവച്ചിരുന്നെങ്കിൽ നമുക്കും കാഴ്ചകൾ കാണാമായിരുന്നു അല്ലേ?” മിൻമിനി ചോദിച്ചു.

ശരിയാണ് എന്ന് ഡോളി സമ്മതിച്ചില്ല. ഇപ്പോൾ ആ പെട്ടിയിലെ സംഭവ ബാഹുല്യങ്ങളുടെ നേർക്കാഴ്ച പൂർണ്ണമായും ലഭിക്കുന്നില്ല. പകരം ആ കാഴ്ചകൾ കണ്ടുകൊണ്ടിരുന്നവരുടെ മുഖഭാവങ്ങളാണ് ഗോചരമായുള്ളത്. വിഭിന്ന ഭാവങ്ങൾ പുണ്ട് തെളിയുകയും ഇരുളുകയും ചെയ്യുന്ന മുഖക്കാഴ്ചകൾ.

“അവർ കാണുന്നത് യാഥാർത്ഥ്യങ്ങളല്ല മിൻമിനീ.. ഛായാഗ്രഹണത്തിലൂടെ രേഖപ്പെടുത്തുന്ന വസ്തുതകളെ രൂപഭാവങ്ങൾ മാറ്റിയെടുത്താണ് ആ പെട്ടിയിൽ അവതരിപ്പിക്കുന്നത്. അത് മുഴുവൻ സത്യമാണെന്ന് കാഴ്ചക്കാർ അറിഞ്ഞുകൊണ്ടുതന്നെ വിശ്വസിക്കുന്നു. മുൻകൂർ തയ്യാർ ചെയ്യുന്ന തിരക്കഥയുടെ അടിസ്ഥാനത്തിൽ മെനഞ്ഞെടുക്കുന്ന കാഴ്ചത്തുണ്ടുകൾകൊണ്ട് കാഴ്ചക്കാരെ അവരുടെ സമ്മതത്തോടെ കബളിപ്പിക്കുന്നു. അതിൽ അവതരിപ്പിക്കുന്ന ദൈവത്തിന്റെ കഥകൾ കണ്ട് അവർ ഭക്തിയോടെ കൈ കൂപ്പുന്നു. അതിൽ അഭിനയിക്കുന്ന ക്രൂരത കണ്ട് അവർ അരിശംകൊള്ളുന്നു.”

മിൻമിനി ചില്ലുപാളിയിലൂടെ മുറിയെ നോക്കി. അവൾക്ക് തികച്ചും അപ്രാപ്യമായ ആ ലോകത്തിൽ നടക്കുന്ന വിചിത്രമായ സംഗതികളെ കുറിച്ച് ഓർത്ത് അമ്പരന്ന് വെള്ളത്തിലൂടെ മുകളിലേക്കും താഴേക്കും അവൾ വെറുതെ ചലിച്ചു. മനുഷ്യരുടെ വിചിത്രങ്ങളായ ആചാരങ്ങൾ.. രീതികൾ..

മനുഷ്യ നിർമ്മിതമായ ദൈവങ്ങൾതന്നെ അവന്റെ നിത്യജീവിതത്തെ നിയന്ത്രിക്കുന്ന കാര്യം ഡോളി പറഞ്ഞത് അവളോർത്തു. ആരാധിക്കുവാനായി കാലാകാലങ്ങളിൽ അവൻ സങ്കല്പിച്ച് മിനഞ്ഞെടുത്ത ആയിരക്കണക്കിന് ദൈവങ്ങൾ. ആ പേരിൽ ചേരി തിരിഞ്ഞ മനുഷ്യർ. പിന്നെ കാലാകാലങ്ങളിൽ മുള പൊട്ടിവന്ന മനുഷ്യദൈവങ്ങൾ. അവൾക്ക് എത്ര ആലോചിച്ചിട്ടും ഇതിന്റെയൊന്നും അടിസ്ഥാനങ്ങൾ പിടി കിട്ടിയില്ല.

നാല്

സുബാബു മുഖം വടിച്ചു. ഒരു നേതാവിന് യോജിച്ച മട്ടിൽ തലമുടി വൃത്തിയായി കറുപ്പിച്ചു. മുടിയിൽ ചില ലേപനങ്ങൾ കോരിയിട്ടു. മുഖത്തും. അയാൾ സെറ്റിയിൽ വന്നിരുന്ന് പത്രം തുറന്നു. ടെലിവിഷൻ പ്രവർത്തിപ്പിച്ചു. പക്ഷേ, ശ്രദ്ധ പത്രത്തിലോ ടെലിവിഷനിലോ ആയിരുന്നില്ല എന്നു വ്യക്തം. അയാൾ സെൽഫോണിന്റെ സ്ക്രീനിൽ നോക്കിയിരുന്നു.

ചിന്നമ്മ അയാൾക്ക് ചായ നല്കിയശേഷം സൂനജയ്ക്കുള്ള ചായ നല്കുവാൻ പോയി. മകൾ സമയ യൂണിഫോം ധരിച്ച് ഒരുവട്ടം മുൻമുറി മുറിച്ച് കടന്നുപോയി. അവൾ സെൽഫോണിൽ കുത്തിയ ഹെഡ്ഫോണിലൂടെ എന്തോ ശ്രവിച്ചുകൊണ്ടാണ് നടന്നത്. ഇതൊക്കെ രാവിലെ കാണുന്ന സ്ഥിരം കാഴ്ചകൾ എന്ന് ടോണി ഓർത്തു. ഓരോ ദിവസവും പുതിയതെന്തെങ്കിലും വീണുകിട്ടുന്നതിന്റെ ഭാഗ്യത്തെക്കുറിച്ച് അവൻ ചിന്തിക്കാതിരുന്നില്ല. ഓഫീസിലേക്ക് ഒരുങ്ങിയിറങ്ങുന്ന സൂനജയുടെ ദൃശ്യം തെളിയുന്നത് കാത്ത് അവൻ പലവട്ടം നീന്തിത്തുടിച്ചു. അണിഞ്ഞൊരുങ്ങിയ മട്ടിൽ അവളെ കാണുവാൻ ടോണിക്ക് വളരെയിഷ്ടമാണ്.

കുറച്ചുകഴിഞ്ഞ് അമ്മയും മകളും ഒരുങ്ങി ഇറങ്ങിവന്നു. സൂനജ സെറ്റിയിലിരുന്ന ഭർത്താവിനോട് നിങ്ങൾക്ക് ഇന്ന് പുറത്തു പോവണ്ടേ എന്ന് ചോദിച്ചു.

“ഞാനിന്ന് വൈകും... എന്താ?” അയാൾ മുരണ്ടു.

കാളിങ് ബെൽ ശബ്ദിച്ചു. ഹോം നേഴ്സ് റാണി. അവൾ ഷാൾ നേരെയാക്കി ഉള്ളിലേക്ക് നടന്നു.

സൂനജ സംശയത്തോടെ ഭർത്താവിനെയും പരിചാരികയെയും മാറിമാറി നോക്കി. അയാൾ ആരെയും ഗൗനിക്കാതെ പത്രത്തിൽ തല പൂഴ്ത്തിയിരിക്കുന്നത് കണ്ട് ഡോളി പറഞ്ഞു - “പത്രത്തിൽനിന്ന് അയാൾ കണ്ടെടുക്കുന്നത് പീഡനങ്ങളുടെ വാർത്തകൾ ആയിരിക്കും.”

മോളി വിശദീകരണം തേടി.

“മനുഷ്യരുടെ പത്രക്കടലാസിൽ കുത്തിനിറയ്ക്കുന്ന വാർത്തകൾ മറ്റെന്താവും മോളീ... സ്ത്രീപീഡനങ്ങൾ, ബാലപീഡനങ്ങൾ, കൊലപാതകങ്ങൾ, കൊള്ളിവെപ്പ്, അപകടമരണങ്ങൾ, നിയമപാലകരുടെ മർദ്ദനങ്ങൾ എന്നിങ്ങനെയുള്ള വാർത്തകൾ മാത്രമാവും അതിലുണ്ടാവുക എന്ന് എനിക്ക് ഉറപ്പുണ്ട്.”

മകളും സൂനജയും പോയിക്കഴിഞ്ഞു. അല്പനേരം കഴിഞ്ഞപ്പോൾ വേലക്കാരി ചിന്നമ്മ യജമാനനോട് യാത്ര പറഞ്ഞ് ഇറങ്ങി. ഉടൻ പൂച്ച പ്രത്യക്ഷപ്പെട്ടു. അത് ചിന്നമ്മ ആഞ്ഞടച്ച മുൻകതകിലേക്ക് നോക്കി രണ്ടുവട്ടം കരഞ്ഞു. അതിന്റെ ദേഹത്തെ കറുപ്പും വെളുപ്പും മുറിയിൽ നിറഞ്ഞു. മുറി പാതി കറുത്തു. പാതി വെളുത്തു. ചതുരംഗക്കളം പോലെ. രാജാവും പ്രജയും മാത്രം അവശേഷിച്ച കളം.

റാണി മുൻമുറിയിലേക്ക് കടന്നുവന്നു. അയാളെ കണ്ട് ബഹുമാനം കളയാതെ വണങ്ങി അടുക്കളയിലേക്ക് അവൾ പോയി. അല്പനേരത്തിനുള്ളിൽ അവൾ എന്തിനോ തിരികെ വന്നു.

"അപ്പന് ആഹാരം കൊടുത്തുവോ റാണീ.." അയാൾ ചോദിച്ചു.

അവൾ തല കുലുക്കിയിട്ട് വേഗം അപ്പൻ കിടക്കുന്ന മുറിയിലേക്ക് പോയി. അതിനിടെ അയാൾ രഹസ്യമായി തന്റെ സെൽഫോണിലേക്ക് അവളെ പകർത്തിക്കഴിഞ്ഞു. പിന്നെ ഒരു ചെറു ചിരിയോടെ ആ ചിത്രത്തിൽ നോക്കി.

"ഒരു വാല്യക്കാരി സ്ത്രീയുടെ ഭയങ്ങൾ പലതാണ്. വീട്ടിൽ ഇത്തരത്തിൽ മുതിർന്ന ഒരു പുരുഷന്റെ സാന്നിദ്ധ്യം അവളെ ഏറെ ഭയപ്പെടുത്തുന്നു. എത്ര ചെയ്താലും ബാക്കി കിടക്കുന്ന പണികൾ, ഇരുട്ട്, മറകൾ, തണുത്ത പ്രതലങ്ങൾ, വൈകിയെത്തുന്ന വിളികൾ. അങ്ങനെ പലതുമുണ്ട് അവളെ ഭയപ്പെടുത്തുന്നവ." അതുപറഞ്ഞ് ഡോളി അടിത്തട്ടിലേക്ക് തുഴഞ്ഞിറങ്ങി.

ചിത്രത്തിലെ റാണി കൂടുതൽ സുന്ദരിയെന്ന മട്ടിൽ അയാൾ സെൽഫോണിന്റെ സ്ക്രീനിൽ നോക്കി വീണ്ടും പുഞ്ചിരിച്ചത് കണ്ട് ടോണി ആ ചിത്രം ഒന്നു കാണുവാൻ കഴിഞ്ഞിരുന്നെങ്കിൽ എന്ന് ആഗ്രഹിച്ചു.

നമ്മളെപ്പോലെ നട്ടെല്ലും വായും കുടലും വയറും ശ്വാസകോശവും മലദ്വാരവുമുള്ള ജീവിയാണ് മനുഷ്യൻ. എന്നിട്ടും അവർ എത്രമാത്രം വളർന്നു. എന്തെല്ലാം പഠിച്ചു. മറ്റൊരു ജീവിവർഗ്ഗത്തിനും എത്ര തലമുറകൾ പരിശ്രമിച്ചാലും അവനൊപ്പം എത്തിച്ചേരുവാൻ കഴിയുമായിരിക്കില്ല എന്ന് ടോണി കരഞ്ഞു.

"എങ്ങനെയാണ് മനുഷ്യൻ ഇത്ര വലിയവനായത് ? എങ്ങനെയാണ് അവൻ പ്രകൃതിയെയും മറ്റ് ജീവജാലങ്ങളെയും മെരുക്കിയെടുത്തത്.. എങ്ങനെയെല്ലാമായിരിക്കാം അവൻ ഭൂമിയിലും ആകാശത്തിലുമുള്ള എല്ലാത്തിന്റെയും മേലാളായത്?" മോളി ആരാഞ്ഞു.

നമുക്ക് ഈ നാലതിരുകളുടെ ഉള്ളിലുള്ളതാണ് ലോകം എന്ന് ഡോളി മറുപടി പറഞ്ഞു. മനുഷ്യന്റെ ലോകത്തിന് അതിരുകളില്ല. ഓരോ ജീവികളുടെ ചുറ്റുമുള്ള ലോകത്തിനും അടയാളപ്പെടുത്തപ്പെട്ട അതിരുകളുണ്ട്. മനുഷ്യൻ അവന്റെ ലോകത്തിന്റെ അതിരുകളെ വലുതാക്കിയെടുത്തു. അവൾ അത്രയും പറഞ്ഞിട്ട് തന്റെ ചെറിയ ലോകത്തിന്റെ അതിരുകളിലൂടെ നീന്തി.

അവൾ വീണ്ടും മോളിയുടെ അടുക്കൽ കറങ്ങിയെത്തി. "പക്ഷേ,

ലോകം വലുതാവുന്തോറും അതിനുള്ളിലെ ജീവികൾ ചെറുതായി ത്തീരും. വലിയ ലോകത്തിലെ ചെറിയ ജീവികൾ. മനുഷ്യൻ ഏറ്റവും ചെറിയ ജീവിയാണ്. അവനുചുറ്റുമുള്ള ലോകത്തിന്റെ ഒരു അംശം പോലും കണ്ടുതീർക്കുവാൻ ആയുസ്സിൽ കഴിയാത്ത ജീവി. ഭാരിച്ച അജ്ഞതയുമായി അവൻ മരിക്കും."

സുബാബു ഇടയ്ക്ക് പുറത്ത് പോയി എങ്കിലും ഉച്ചയോടെ വീണ്ടും വീട്ടിൽ മടങ്ങിയെത്തി. അയാളുടെ കണ്ണുകൾ കൂടുതൽ ചുവന്നിരുന്നു.

വയസ്സന്റെ മാറിയെടുത്ത വസ്ത്രങ്ങളുമായി അവൾ വീണ്ടും വന്നു. ടെലിവിഷനിൽനിന്നും കണ്ണ് പറിച്ച സുബാബു സെൽഫോണിൽ അവളെ ഒരിക്കൽക്കൂടി പതിപ്പിച്ചെടുത്തു.

പൂച്ച ദേഹത്തുനിന്ന് കുടഞ്ഞിട്ട കറുപ്പും വെളുപ്പും തീർത്ത ചതുരംഗക്കളത്തിൽ ഒരു കാലാൾ കണക്കെ റാണി. അതിശക്തനായ മന്ത്രി വിദഗ്ദ്ധമായ ഒരു നീക്കത്തിലൂടെ കാലാളിനെ വെട്ടിയെടുത്തു.

"കഷ്ടം" ഡോളി വയസ്സൻ കിടക്കുന്ന മുറിയുടെ വാതിലിൽ നോക്കി കുണ്ഠിതപ്പെട്ടു.

"അടിസ്ഥാനപരമായി മനുഷ്യൻ ഒരു മൃഗം തന്നെ." ടോണി വിജയിച്ച ഭാവത്തിൽ പറഞ്ഞു. വേഴ്ച പൂർത്തിയാക്കിയിട്ട് ആ മുറിയിൽനിന്ന് ഇറങ്ങിവരുന്ന സുബാബുവിന്റെ മുഖഭാവം വീക്ഷിക്കുവാൻ തയ്യാറെടുത്ത് അവൻ ചില്ലുകൂട്ടിൽ ദ്രുതസഞ്ചാരം ചെയ്തു.

മിൻമിനി പുലമ്പി- "നിങ്ങളെന്തൊക്കെ പറഞ്ഞാലും മനുഷ്യർ ഭാഗ്യം ചെയ്ത വർഗ്ഗമാണ്. അവന്റെ വികസിച്ച തലച്ചോറിന് ആഗ്രഹിക്കുന്നതൊക്കെയും നേടിയെടുക്കുവാനുള്ള മാർഗ്ഗങ്ങൾ കണ്ടെത്തുവാൻ കഴിയുന്നു. അതിനുള്ള തടസ്സങ്ങൾ മാറ്റിയെടുക്കുവാൻ കഴിയുന്നു. ജീവകോശങ്ങൾ പരിണമിച്ച് വികാസം പ്രാപിച്ചതിന്റെ ഏറ്റവും വലിയ ഗുണഭോക്താക്കൾ അവരാണ്.."

"ഇനിയും മനുഷ്യൻ പരിണമിക്കും. അവർ തലച്ചോർ മാത്രമുള്ള ജീവിയാകും. വലിയ തലയുള്ള കൈയും കാലും ശോഷിച്ച് ചുരുങ്ങിയ ഒരു ജീവി." ഒരു ജലപാളിയുടെ അപ്പുറത്ത് ഡോളിയുടെ ശബ്ദം.

കുറച്ചുനേരം കഴിഞ്ഞ് അപ്പൻ കിടന്ന മുറിയിൽനിന്ന് നേതാവ് പുറത്തേക്കു വന്നപ്പോൾ മുറിയുടെ മുന്നിൽ പൂച്ച നില്പുണ്ടായിരുന്നു. അത് നീട്ടിയൊന്ന് കരഞ്ഞു. അയാളതിനെ തൊഴിക്കുവാൻ കാൽ നീട്ടിയതാണ്. അത് ഓടി സെറ്റിയുടെ അടിയിൽ അഭയം തേടി.

റാണി ഉലഞ്ഞ വസ്ത്രങ്ങളുമായി വന്നു.

"സാറിന്റെ അപ്പൻ മരിച്ചിട്ടില്ല. ആ കട്ടിലിൽ കിടന്ന് എല്ലാം കാണുന്നുണ്ട്." അവൾ കനപ്പിച്ച് പറഞ്ഞു. "കഴിഞ്ഞ ദെവസം മകനാരുന്നു.. ഇന്ന് അപ്പൻ.. എന്റെ ഈശോയേ..."

"ചുമ്മാതെ വേണ്ടടീ..... അവൻ അങ്ങനെന്തെങ്കിലും ചെയ്തെങ്കിൽ ആ കാശും ഞാൻ തരും."

"നിങ്ങടെ അപ്പനും ബോധമൊള്ളപ്പോ എന്റെ കൈയിലൊക്കെ

കേറിപ്പിടിക്കും. ആവതൊണ്ടാരുന്നേ കൂടെ കെടക്കാൻ കെളവനും പറയുമാരുന്നു. ഒറപ്പാ.."

അയാൾ അവളെ മുഴുത്ത തെറി പറഞ്ഞിട്ട് കടന്നുപോയി.

ഉച്ചകഴിഞ്ഞ് സമയ വലിയൊരു പൊതിക്കെട്ടുമായി കടന്നുവന്നു. വർണ്ണക്കടലാസിൽ പൊതിഞ്ഞ ഒരു സമ്മാനപ്പൊതിക്കെട്ട്. അവൾ അത് ടീപ്പോയിൽ ഇട്ടു.

"അവൾക്ക് ഇന്നും ഒരു സമ്മാനപ്പൊതി കിട്ടി."

ആ സമ്മാനം അവളുടെ പ്രായത്തിനുള്ളതാണ് എന്ന് ടോണി ചിരിച്ചു. "അവളുടെ മുഖത്ത് പതിവില്ലാത്ത സന്തോഷം ഉണ്ട്. ഇന്ന് അവൾക്ക് പുതിയ ഒരു കൂട്ടുകാരനെ കിട്ടിക്കാണും. അല്ലേ ?" എന്ന് അവൻ ചോദിച്ചു.

പൂച്ച അവളുടെ കാൽച്ചുവട്ടിലേക്ക് ചെന്നു. അവൾ അതിനെ ഓമനിക്കുവാനായി ഉയർത്തിയെടുത്ത് മുഖത്തോട് അടുപ്പിച്ചു. അത് വലത്തേ മുൻകാൽ നീട്ടി അവളെ മാന്തി.

"ഛീ.. ബുൾഷിറ്റ്.. നീയെന്നെ മാന്തിയോ.. ഡെവിൾ.." അവൾ ആക്രോശത്തോടെ അതിനെ വലിച്ചെറിഞ്ഞു. നാലുകാലിൽ വീണ പൂച്ച എഴുന്നേറ്റ് എങ്ങോട്ടോ ഓടി.

"കഷ്ടം.. അവളുടെ മുഖത്താണ് ആ ജന്തു മാന്തിയത്." മിൻമിനി പറഞ്ഞു. "അത്തരത്തിൽ ആക്രമിക്കുവാൻ തക്കവണ്ണം എന്തു പ്രകോപനമായിരുന്നു അവൾ ചെയ്തത്..?"

അവളുടെ മുഖം നിറയെ ആരോ ചുംബിച്ച് നിറച്ചതിന്റെ മണമുണ്ടാകുമെന്നും ആ മണം ഇഷ്ടം ആകാത്തതിനാലാവണം ആ ജന്തു അവളെ ഉപദ്രവിച്ചതെന്നും ഡോളി കൃത്യമായി ഊഹിച്ചെടുത്തു. പൂച്ചകൾ തങ്ങളുടെ ഇടത്തെ കൃത്യമായി ഒളിച്ചു സൂക്ഷിക്കുന്ന ജീവിയാണെന്ന് അവൾ പറയാറുണ്ട്. ഓരോ പൂച്ചയും ഉള്ളുകൊണ്ട് ഒരു വന്യജീവിയാണ്. ഒരിക്കലും അത് യജമാനനോട് നായയെപ്പോലെ ഉള്ളുകൊണ്ട് മെരുങ്ങുന്നില്ല. തനിക്കുവേണ്ടി തീരുമാനങ്ങൾ എടുക്കുവാൻ ആരെയും അനുവദിക്കുകയില്ല. വെറുതെ അങ്ങനെ മുട്ടിയുരുമ്മി നില്ക്കും. സ്നേഹംകൊണ്ടല്ല. പൂച്ചയ്ക്ക് യജമാനനായ മനുഷ്യനും ഒരു ഇരമാത്രമാണ്. പക്ഷേ, പിടിച്ചു തിന്നുവാൻ ഒക്കില്ലല്ലോ? പാൽ എത്ര ഒഴിച്ചുകൊടുത്താലും എത്രമാത്രം മീൻ നുള്ളിയിട്ട് കൊടുത്താലും അയാളോട് പൂച്ചയ്ക്ക് നന്ദി ഒരിക്കലും ഉണ്ടാവില്ല..

"വലിയ കാര്യങ്ങളാണ്." മിൻമിനി തുടർന്നു- "അത്രയൊന്നും എനിക്ക് അറിയില്ല. പക്ഷേ, ഇങ്ങോട്ട് നോക്കുമ്പോൾ അതിന്റെ കണ്ണിൽ വേട്ടക്കാരന്റെ കൊതിയുണ്ട്."

"അതിന്റെ കണ്ണുകൾ തിരയുന്നത് എന്നെയാണ്.." ഡോളി തുടർന്നു- "അതിന്റെ പല്ലുകൾ എന്റെ മാംസത്തിൽ തുളഞ്ഞു കയറുന്നത് ഞാൻ കാണുന്നു. പണ്ടെങ്ങോ മണ്ണിൽ മറഞ്ഞുപോയ ഒരു കാടിന്റെ മുഴുവൻ വന്യത അതിന്റെ പല്ലുകളുടെ കൂർപ്പിൽ ഉണ്ട്.

ഇരയോട് ദാക്ഷിണ്യം പാടില്ല എന്ന കാട്ടറിവ് അതിന്റെ ഉള്ളിൽ ലയിച്ചു കിടപ്പുണ്ട്. കാലാകാലങ്ങളായി പൂച്ചകൾ കൈമാറിയെടുക്കുന്ന വേട്ടയുടെ കൊതിയാണ് നീ ആ കണ്ണുകളിൽ കണ്ടത്.."

അന്നു വൈകിട്ട് മുഴുവൻ കഷണ്ടി കയറിയ തലയുള്ള ഒരാൾ സുബാബുവിന്റെ പിന്നാലെ എത്തി.

"ഓ... ഗവേഷകൻ വന്നു.." എന്ന് ഡോളി പരിഹാസത്തോടെ പറഞ്ഞു. ഇനി ഈ പരിസരം മുഴുവൻ വിരസമാക്കുന്ന വാചകക്കസർത്ത് തുടങ്ങും എന്നും അവൾ കൂട്ടിച്ചേർത്തു. ഒരിക്കലും പരിസമാപ്തിയിൽ എത്താത്ത ഗവേഷണമാണ് അയാളുടേത് എന്ന് ആ മത്സ്യം കണക്കുകൂട്ടിയിരുന്നു.

"ദിലീപൻസാർ ഇരിക്കൂ.." സുബാബു അകത്തേക്ക് പോയി. ഗവേഷകൻ കൗതുകത്തോടെ ഗാന്ധിപ്രതിമയിൽ നോക്കി. അതിന്റെ തിളക്കമുള്ള തലയിൽ തലോടുവാനുള്ള ചോദനയുണ്ടായത് കാരണമാവാം അയാൾ സെറ്റിയിൽ ദയനീയമായൊരു ഞരക്കം അവശേഷിപ്പിച്ചുകൊണ്ട് അങ്ങോട്ട് ചെന്നത്.

ലുങ്കിയുടുത്ത് സുബാബു മടങ്ങിവന്നു.

"എപ്പോഴൊക്കെ ഇവിടെ വന്നാലും ഞാൻ ഈ രൂപത്തിന് മുന്നിൽ പ്രാർത്ഥനാനിരതനായി നില്ക്കും. ധർമ്മത്തിന്റെ, സത്യത്തിന്റെ, അഹിംസയുടെ പ്രതീകമാണിത്. ഇത് വെറുമൊരു കൗതുകവസ്തുവല്ല. ഇക്കാലത്ത് ആരും സ്വന്തം ഭവനത്തിൽ ഇതുപോലൊരു പ്രതിമ സൂക്ഷിക്കില്ല സുബാബുസാറേ... മദിപ്പിക്കുന്ന ചിത്രത്തിനും ആശയമില്ലാത്ത രൂപങ്ങൾക്കുമാണ് മിക്കവരും ഇടം കണ്ടെത്തുക. അതിൽനിന്ന് വ്യത്യസ്തമായി ഈ മഹത് രൂപത്തിന് ഇടം കണ്ടെത്തിയ താങ്കളുടെ ആ വലിയ മനസ്സിനെ നമിക്കുന്നു."

സുബാബു അഭിമാനം കലർന്ന ചിരി തൂകി. ഒരു സബർമതി സന്ദർശനത്തിൽ വാങ്ങിയതാണ് എന്ന് അറിയിച്ചു. തന്റെ ഓരോ ദിനവും തുടങ്ങുന്നത് ആ രൂപത്തെ നോക്കി ധ്യാനിച്ച ശേഷമാണ് എന്നും.

"ഒരു വിശേഷം കൂടിയുണ്ട്. എന്റെ സേവന പ്രവർത്തനങ്ങൾക്ക് അംഗീകാരമായി ഈ വർഷം നമ്മുടെ ഡിസ്ട്രിക്ട് പീസ് പ്രമോഷൻ കൗൺസിൽ എനിക്ക് ഒരു അവാർഡ് തരുന്നു ദിലീപൻ സാറേ.."

"താങ്കൾ ഒരു മഹാനാണ്.. ഈ അവാർഡ് താങ്കൾക്ക് എത്ര വർഷങ്ങൾ മുമ്പേ കിട്ടേണ്ടതാണ്.. പക്ഷേ, ഒരു പാൽക്കാപ്പി കിട്ടുവാൻ സാറിന്റെ കുടുംബിനി സ്ഥലത്ത് ഇല്ലാത്തതിനാൽ ബുദ്ധിമുട്ടായിരിക്കും അല്ലേ?" ദിലീപൻ സെറ്റിയിലേക്ക് മടങ്ങി. സുബാബു മറുപടിയായി ചിരിച്ചു. ഗവേഷണം എവിടെവരെയായി എന്ന് ഒരു ഭംഗിക്ക് ചോദിക്കുകയും ചെയ്തു.

"മറ്റാരും കടന്നുചെല്ലാത്ത ചില മേഖലകളിലാണല്ലോ സാറേ ഞാൻ ചരിക്കുന്നത്.. എന്റെ വിഷയം മനുഷ്യേതര ജീവികളുടെ സംസാരഭാഷയാണല്ലോ? അക്കാര്യത്തിൽ ഞാൻ ഇന്ന് വളരെ മുന്നേറിയിരിക്കുന്നു. അമേരിക്കയിലെ കൗൺസിൽ ഫോർ കമ്യൂണിക്കേഷൻ സ്റ്റഡീസ് ഓഫ്

ആനിമൽസ് അതർ ദാൻ ഹ്യൂമൻ എന്ന പേരുകേട്ട സംഘടന എന്റെ കണ്ടെത്തലുകൾ അംഗീകരിച്ചു കഴിഞ്ഞു. അടുത്ത സെപ്തംബർ മാസം അവസാനം ആംസ്റ്റർഡാമിൽ നടക്കുന്ന വേൾഡ് കോൺഫറൻസ് ഫോർ ആനിമൽ കൺവർസേഷനിൽ പങ്കെടുക്കുവാൻ എനിക്ക് വിളി വന്നിട്ടുണ്ട്.. പിന്നെ സാറിനറിയാമല്ലോ ഇത്തരം നല്ല കാര്യങ്ങൾക്ക് നമ്മുടെ യൂണിവേഴ്സിറ്റികൾ ഒന്നും സഹകരിക്കില്ല എന്ന്.. സർക്കാരിന് തീരെ താല്പര്യമില്ല. നമ്മുടെ നാട്ടുകാരും കുശുമ്പന്മാരാണ്. ഒരുത്തൻ അവന്റെ കഴിവുകൾകൊണ്ട് വളരുന്നത് സഹിക്കില്ല സുബാബുജീ."

ഗവേഷകൻ ശ്വാസം കഴിക്കുവാൻ വേണ്ടി ഒന്നുനിർത്തി.

"അയാൾക്ക് നമ്മുടെ സംസാരം കേൾക്കാൻ പറ്റുമോ... അത് മനസ്സിലാകുമോ ?" മിൻമിനി അതിശയത്തോടെ ഡോളിയോട് ചോദിച്ചു.

"ഒരു സാദ്ധ്യതയുമില്ല.. ഒരു മനുഷ്യന് മറ്റൊരുത്തൻ പറയുന്നതു പോലും ശരിയായി മനസ്സിലാക്കുവാൻ കഴിയുന്നില്ല.. പിന്നെയല്ലേ വേറെ ജീവികളുടെ ഭാഷ. കുറെ ഭാഷയുണ്ട് അവർക്ക്. അത് പ്രയോഗിക്കുന്നതും പല തരത്തിലാണ്. ഭാഷയുടെ അപ്പുറം ആശയവിനിമയത്തിന് പലതു മുണ്ട് എന്നതൊന്നും ആ കള്ളൻ ഗവേഷകൻ കണ്ടെത്തുകയില്ല. അവരുടെ കാര്യം മഹാകഷ്ടമാണ്. വളരെ വളർന്ന ഭാഷയുണ്ട്. പക്ഷേ, അത് സമർത്ഥമായി ഉപയോഗിക്കുവാൻ അവരെക്കൊണ്ട് കഴിയുന്നില്ല "

അയാൾ മരിക്കാറായ ഒരു വയസ്സനാണോ എന്ന് മോളി തിരക്കി.

"അല്ല.. എന്തേ അങ്ങനെ സംശയം വന്നത് ?" - മിൻമിനി.

വയസ്സേറെ ആയാൽ ഒരുപക്ഷേ, മനുഷ്യന് മറ്റുജീവികളുടെ ഭാഷ കുറച്ചൊക്കെ മനസ്സിലാകും എന്ന് മോളി മറുപടി കൊടുത്തു. അതുകേട്ട് ഡോളി കൗതുകം പൂണ്ടു.

"ജീവിതകാലം ഭൂരിഭാഗവും ഓരോ ജീവിയും ആ വർഗ്ഗത്തിന്റെ ഭാഷ മാത്രം ശീലിക്കുന്നു. ജീവിതാന്ത്യത്തിൽ ഒരുപക്ഷേ, അതിനു പരജീവിഭാഷ തിരിച്ചറിയുവാൻ കഴിയും. നമുക്കിപ്പോൾ ഇവരുടെ ഭാഷ മനസ്സിലാവുന്നില്ലേ? അതുപോലെ. എന്നിരിക്കിലും അങ്ങനെ തിരിച്ചറിയുന്ന നാളിൽ ആ ജീവി ഇല്ലാതായിരിക്കും എന്നതാണ് കൗതുകം.."

"കണ്ണുപൊട്ടീ... നിനക്ക് വട്ടാണ്.."

താൻ ഗവേഷണങ്ങൾക്കുള്ള പണം സ്വരൂപിക്കുന്നത് പബ്ലിക്ക് ഫണ്ടിങ് കൊണ്ടാണ് എന്ന കാര്യം ദിലീപൻ പറഞ്ഞ് ധരിപ്പിക്കുകയായിരുന്നു അപ്പോൾ. ഇത്തരം ഗവേഷണങ്ങൾകൊണ്ട് സാധാരണക്കാരന് എന്താണ് പ്രയോജനം എന്ന് പണം നല്കുവാനുള്ള മടിയോടെ സുബാബു ചോദിച്ചു.

"എല്ലാർക്കുമില്ലേ ഇതുകൊണ്ട് പ്രയോജനം? മനുഷ്യന് ജന്തുഭാഷ മനസ്സിലാകുവാൻ തുടങ്ങിയാൽ അതിൽപ്പരം ഭാഗ്യമുണ്ടോ സുബാബുജീ.." അയാൾ മത്സ്യട്ടാങ്കിനെ ചൂണ്ടിത്തുടർന്നു. "ഈ മീനുകളുടെ സംസാരം താങ്കൾക്ക് മനസ്സിലാകുമെങ്കിൽ എന്തെല്ലാം ഗുണമുണ്ട് എന്നോർത്തുനോക്കൂ.."

അതുകേട്ട് മീനുകൾക്ക് കൗതുകം വർദ്ധിച്ചു. ഗവേഷകൻ അയാളെ

കബളിപ്പിക്കുന്നു. നേതാവിന് പണം നഷ്ടപ്പെടുകയാണ് എന്ന് ഡോളി മന്ത്രിച്ചു.

ഗവേഷകൻ ഇറങ്ങിയതും രണ്ടുപേർ അവിടെ കയറി വന്നു.

"സുബാബു സാറേ.. ഇന്ന് നാട്ടിൽ ഉയർന്നു വരുന്ന നവഫാസിസ്റ്റ് ആശയങ്ങൾക്കെതിരെ നമ്മുടെ ഗ്രൂപ്പ് ഇവിടെ ശക്തമായ പരിപാടികൾ ഒന്നും സംഘടിപ്പിക്കുന്നില്ല എന്ന പരാതി ഉയരുന്നുണ്ട്." സെറ്റിക്ക് അഭിമുഖമായി വലിച്ചിട്ട പ്ലാസ്റ്റിക് കസേരയിൽ ഇരുന്ന് ഒരാൾ പറഞ്ഞു.

"അഗസ്തീ... എന്തുവേണമെന്നാണ് താൻ പറയുന്നത് ?"

"നമുക്ക് കടപ്പുറത്ത് ഒരു പശുവിറച്ചിവിരുദ്ധ മേള സംഘടിപ്പിച്ചാലോ? കുറഞ്ഞ പക്ഷം ഒരു പശുവിറച്ചിവിരുദ്ധജാഥയെങ്കിലും..."

അതുകേട്ട് അന്തംവിട്ട ഡോളി അടുത്തുനിന്ന മിൻമിനിയോട് മന്ത്രിച്ചു- "ഭക്ഷണം ഇല്ലാതെ വരുമ്പോൾ മനുഷ്യൻ ഭക്ഷിക്കുവാൻ എന്തെങ്കിലും കിട്ടുന്നതിനെക്കുറിച്ച് ചിന്തിച്ച് നാലുപാടും പാഞ്ഞു നടക്കും. അപ്പോൾ അവൻ എന്തും കഴിക്കും. തീരെ നിവൃത്തിയില്ല എങ്കിൽ മറ്റൊരുവനെ തല്ലിക്കൊന്ന് പച്ചമാംസം തിന്നുവാൻപോലും അവൻ മടിക്കില്ല.."

"എന്താണ് ഡോളീ അയാൾ പറഞ്ഞ ഫാസിസം.. എനിക്ക് തീരെ മനസ്സിലായില്ല.." മിൻമിനി കാര്യം തുറന്നറിയിച്ചു.

"പ്രമാണിത്ത ദേശീയത തന്നെയാവണം അതുകൊണ്ട് അവൻ ലക്ഷ്യമിടുന്നത്. നമുക്ക് ഈ ചില്ലുപെട്ടിയുടെ ഉള്ളിൽ മറ്റു ജലജീവികൾ അവരുടെ ആശയങ്ങളുമായി എത്തുമ്പോൾ അസ്സഹിഷ്ണുത ഉണ്ടാവില്ലേ ?"

"അത് സ്വാഭാവികമല്ലേ?"

"അതെ. പക്ഷേ, മനുഷ്യരുടെ ഉള്ളിൽ ഇന്ന് വലിയ ആശയക്കുഴപ്പങ്ങൾ ഉണ്ട്. ഓരോരുത്തർക്കും അവരുടെ ദേശത്തോട് കൂറ് ഉണ്ടാവണം എന്നാണ് അവൻ ഉയർത്തിപ്പിടിക്കുന്ന നിയമം. മനുഷ്യന് ഭൗതിക അതിർത്തികൾ ഉള്ള മാതൃദേശത്തോട് ആണോ അതോ ആത്മീയമായ അതിർവരമ്പുകളിലൂടെ വിശുദ്ധമായി കരുതപ്പെടുന്ന വിശുദ്ധദേശത്തോടാണോ കൂറ് ഉണ്ടാവേണ്ടത് എന്നതാണ് വലിയ ചോദ്യം. ഇതിന് ഉത്തരങ്ങൾ ഒരിക്കലും മനുഷ്യർ കണ്ടുപിടിക്കില്ല. കാരണം ഏകദേശം ഒരു ഉത്തരത്തിൽ എത്തിച്ചേരുന്ന നാളുകൾക്കുള്ളിൽ ഇപ്പോൾ അവനുണ്ട് എന്ന് കരുതുന്ന ദേശീയതയും മതവാദങ്ങളും മാറി മറിഞ്ഞിരിക്കും."

ഒന്നു നിർത്തിയിട്ട് ഡോളി തുടർന്നു- "അവർ സംസാരിക്കുന്നത് കേട്ടോ.. ചരിത്രത്തിന്റെ ചില പഴയ ഏടുകൾ തോണ്ടിയെടുത്താണ് അവർ സംസാരിക്കുന്നത്. ഒരു പ്രത്യേക മൃഗത്തിന്റെ മാംസം ഭക്ഷിക്കുന്നില്ല എന്നവർ തീരുമാനിക്കുന്നു. ചരിത്രത്തിന്റെ ചുവടുപിടിച്ച് പഴയ കാര്യങ്ങൾ ചൂണ്ടിപ്പറഞ്ഞ് ഇന്ന് ജീവിതചര്യകൾ നിർമ്മിക്കുന്ന വിഡ്ഢികൾ.. മീനുകളെ പിടിച്ചു തിന്നുവാൻ നാണമില്ലേ... ചില കഥാപുരാണങ്ങൾ പ്രകാരം ദൈവത്തിന്റെ അവതാരമല്ലേ മീൻ... ചില മൃഗങ്ങളെ കൊല്ലാം. തിന്നാം. ചില മൃഗങ്ങളെ കൊല്ലരുത്. തിന്നരുത്. ഇതൊക്കെ ആരൊക്കെയോ തീരുമാനിക്കുന്നു. നടപ്പിലാക്കുന്നു."

അതുപറഞ്ഞുകൊണ്ട് ഡോളി ചില്ലുപേടകത്തിന്റെ അടിത്തട്ടിലേക്ക് വലിഞ്ഞു. മിൻമിനി മുൻമുറിയിലിരുന്ന് വിചിത്രമായ ആശയങ്ങളെ രാകി മിനുക്കുന്ന മനുഷ്യരുടെ മുഖങ്ങളിലെ ആവേശങ്ങൾ കണ്ട് അന്തം തപ്പെട്ടു. പിന്നെയവൾ ഡോളി പറഞ്ഞതുപോലെ നാളെ ഉണ്ടാകുന്ന ദേശീയതയുടെ പുതിയ നിർവ്വചനങ്ങളിൽ ഇവർ എങ്ങനെ പെരുമാറും എന്നോർത്ത് കുഴങ്ങി.

തുറന്നുകിടന്ന ജാലകത്തിലൂടെ ശലഭം പറന്നുകയറിയത് അപ്പോഴാണ്. അധികം വർണ്ണപ്പകിട്ടില്ലാത്ത ആ ശലഭത്തിലേക്ക് മൂന്നു മത്സ്യങ്ങളുടെയും ശ്രദ്ധ ഒരുപോലെ പതിച്ചു. അവരിൽ ഒരാൾ മോളിയോട് അതിനെക്കുറിച്ച് പറഞ്ഞു.

"അത് തിരിച്ചിറങ്ങുവാൻ കഴിയാതെ വലയുകയാണ്. സ്വതന്ത്ര ലോകത്തുനിന്നും അടഞ്ഞ വാതിലുകൾ ഉള്ള ഒരു അറയിൽ നമ്മെപ്പോലെ അതും അകപ്പെട്ടു."

ശലഭം വെപ്രാളപ്പെട്ട് മുറിയുടെ അതിരുകളിൽ തട്ടിപ്പറക്കുകയാണ്.

"പുറംലോകത്തെ ഒരു ഇരപിടിയൻ ശത്രുവിൽനിന്ന് രക്ഷ നേടി വന്നതല്ല അത് എന്ന് നമുക്കറിയില്ലല്ലോ... ചിലപ്പോഴൊക്കെ അടച്ചിടപ്പെട്ട തടവറകൾ സുരക്ഷാകേന്ദ്രങ്ങളുമാണ്. " ടോണി തന്റെ അഭിപ്രായം പറഞ്ഞു.

"പാരതന്ത്ര്യത്തെ മഹത്ത്വവല്ക്കരിക്കുന്ന വിഡ്ഢികൾ.." എന്ന് ഡോളി പരിഹസിച്ചു.

അഞ്ച്

മൂന്നു സ്ത്രീകൾ സൂനജയുടെ ഒപ്പം കടന്നുവന്നു. മൂന്നുപേരും കടുംചുവപ്പു നിറമുള്ള വസ്ത്രങ്ങളായിരുന്നു ധരിച്ചിരുന്നത്.

അല്പം കൂടുതൽ തടിച്ചവൾ ഡൈനിങ് ചെയർ വലിച്ചിട്ട് അതിലിരുന്നു. അവൾ കൊണ്ടുവന്ന സാമാന്യം വലിയ സഞ്ചി തുറന്ന് ഒരു കുഴൽ വെളിയിലെടുത്തു. മറ്റുള്ളവർ ആകാംക്ഷയോടെ നോക്കിയിരുന്നു. അവൾ പറഞ്ഞുതുടങ്ങി - "രണ്ടറ്റവും അടച്ച് ഭദ്രമാക്കിയ ഈ കുഴലിനുള്ളിൽ നെസ്ജീൻ എന്ന വാതകമാണ്. ഇതാണ് ഞാൻ പറഞ്ഞ ഫീലർ ഗ്യാസ്. ഇത് ശ്വസിക്കുന്നവരിൽ പ്രവചിക്കുവാൻ ആവാത്ത മാറ്റങ്ങൾ ഉണ്ടാകുന്നു. ഓരോരുത്തർക്കും ഇതിന്റെ പ്രവർത്തനം കൊണ്ടുണ്ടാകുന്ന മാറ്റങ്ങൾ ഭിന്ന രീതിയിലായിരിക്കും. അപൂർവ്വം ചിലരിൽ ശ്വാസതടസ്സം സൃഷ്ടിച്ചേക്കാം. അതിനാൽ നമുക്ക് ഒരു ടെസ്റ്റ് ഡോസിൽ തുടങ്ങണം. കുഴപ്പമില്ല എന്നു കണ്ടാൽ മാത്രമേ പൂർണ്ണമായ രീതിയിൽ ഇത് അഡ്മിറ്റ് ചെയ്യാവു."

സൂനജ ആ കുഴൽ വാങ്ങി പരിശോധിച്ചു. അതു കൈമാറുമ്പോൾ അപര 'സൂക്ഷിക്കണം. താഴെ വീണ് ഉടയരുത്' എന്ന് ഓർമ്മപ്പെടുത്തി.

"മറ്റു രണ്ടുപേർ കൂടി നമ്മുടെ റിഹേഴ്സൽ ക്യാമ്പിൽ എത്താനുണ്ട്. സ്ഥിരം മെമ്പേഴ്സാണ്. ഒഴിവാക്കാൻ പറ്റില്ല. അവർ വന്നിട്ടു മതി." സൂനജ അഭിപ്രായപ്പെട്ടു.

ചില്ലുപാളിയിൽ തട്ടിത്തടവിനിന്ന് ടോണി ചോദിച്ചു- "പെണ്ണുങ്ങൾ ഇന്ന് എന്തിനുള്ള പുറപ്പാടാണ് ?"

സത്യത്തിൽ ഡോളിക്കും പുറത്തു നടക്കുന്ന കളി മനസ്സിലായില്ല. അവർ എന്തോ വാതകത്തെ അഴിച്ചു വിടുവാൻ ഉള്ള പദ്ധതിയാണ്. വായുവിൽ കലരുന്ന വാതകം മീനുകളിൽ എന്തു മാറ്റമാകും വരുത്തുക എന്ന് അവൾ ഉൽക്കണ്ഠ പ്രകടിപ്പിച്ചു.

"അവരുടെ ആണുങ്ങൾ കുടിച്ചു കൂത്താടുന്നതിനേക്കാൾ വലിയ കേമത്തം കാണിക്കുവാനുള്ള ബദ്ധപ്പാടാണ് ഈ പെണ്ണുങ്ങൾക്ക്." ടോണി പരിഹാസത്തോടെ പറഞ്ഞു.

"ആൺ പെൺ വ്യത്യാസങ്ങളുടെ പേരിൽ മനുഷ്യനോളം കുണ്ഠിതപ്പെടുന്ന മറ്റൊരു ജീവിയും ഇല്ല. എപ്പോഴും അവർ ഓരോരുത്തരും അപരലിംഗത്തെ കുറിച്ചോർത്ത് വേവലാതി പ്രകടിപ്പിക്കുന്നു. ഒരു കൂട്ടർ ലിംഗ സമത്വത്തെക്കുറിച്ച് ഒച്ചപ്പാടുകൾ തീർക്കുമ്പോൾ മറ്റു ചിലർ ലിംഗ നീതിയുടെ പേരിൽ നിയമങ്ങൾ വേണമെന്ന് ശഠിക്കുന്നു. പക്ഷേ, ഈ രാഷ്ട്രത്തിലെ മത്സ്യങ്ങളുടെ ഇടയിൽ അത്തരം ചർച്ചകൾ തന്നെയില്ല. പാടില്ല." ഡോളി ആക്രമിക്കുവാൻ ഉദ്ദേശിച്ച് മുന്നോട്ടാഞ്ഞു.

പെണ്ണുങ്ങൾ കാത്തിരുന്ന അതിഥികളെത്തി. അവർ കൂട്ടമായി പുണർന്നു സ്നേഹ പ്രകടനം നടത്തി. ചുവപ്പണിഞ്ഞ് അവർ ഒത്തു ചേർന്നു നിന്നപ്പോൾ മുറിയുടെ നിറം ആകെ മാറിയെന്ന് മീനുകൾക്ക് തോന്നി. എല്ലായിടവും നിറയുന്ന ചുവപ്പ്.

"ഇതൊരു റെയർ എപ്പിസോഡാണ് മഹതികളേ.. ഈ അവസരം നമ്മൾ പരമാവധി പ്രയോജനപ്പെടുത്തണം. പുരുഷ മേധാവിത്വത്തിന്റെ ഓക്സിജൻ മാത്രം ഇക്കണ്ട കാലമത്രയും ശ്വസിച്ചു ശീലിച്ച നമ്മൾ ഇതാ നെസ്ജീൻ എന്ന മറുവാതകം ശ്വസിക്കുവാൻ പോകുന്നു."

എല്ലാവരും ഒത്തുചേർന്ന് കൈയടിച്ചു.

"ഓക്സിജൻ ഗോ ബാക്ക്... നെസ്ജീൻ ജയിക്കട്ടെ.."

"അതാ.. ആ ജാലകം ചേർത്തടയ്ക്ക്.. എല്ലാ വാതിലുകളും ജാലകങ്ങളും ചേർത്തടച്ചിടണം." ഒരുവൾ ഉറക്കെപ്പറഞ്ഞു. എവിടെയോ പതുങ്ങിയിരുന്ന പൂച്ച അപകടം മണത്തറിഞ്ഞ് പാതി തുറന്നുകിടന്ന ഒരു ജാലകം വഴി പുറത്തേക്ക് രക്ഷപ്പെട്ടു.

ചെങ്കടലിൽ ഒരു വൻ തിരയിളക്കംപോലെ പെണ്ണുങ്ങൾ ആർത്തലച്ച് മുറിയിൽ ചുറ്റിത്തിരിഞ്ഞു. അവർ ആ കുഴൽ തുറന്നെന്ന് മീനുകൾക്ക് മനസ്സിലായി. ഫീലർ ഗ്യാസ് തിങ്ങിപ്പരന്ന അന്തരീക്ഷത്തിൽ പെണ്ണുങ്ങൾ പിടഞ്ഞു. അവർ പരസ്പരം മാന്തി. പരസ്പരം തുണികൾ വലിച്ചു പറിച്ചു. കുരങ്ങുകളെപ്പോലെ ജാലകപ്പടിയിൽ പിടിച്ചു മുകളിലേക്ക് കയറുവാൻ ശ്രമിച്ചു. നിലത്തിഴഞ്ഞു. ഒരുത്തി ക്രെഡൻസയിൽ

നിന്ന് ഒരടിയോളമുള്ള പ്രതിമ ഉയർത്തിയെടുത്ത് മറ്റൊരുവളെ അടിക്കുവാൻ ഓങ്ങി. അവൾ ഒഴിഞ്ഞുമാറി. ആ സ്ത്രീ അവൾക്കിട്ട് എറിഞ്ഞു. ലക്ഷ്യം തെറ്റി ആ ഭാരിച്ച വസ്തു മത്സ്യട്ടാങ്കിനു നേരെ വന്നു.

അത്തവണയും മീനുകളെ ഭാഗ്യം തുണച്ചു. പക്ഷേ, അന്തരീക്ഷത്തിൽ കലർന്ന വാതകത്തിന്റെ അംശങ്ങൾ ജലത്തിലും ചെറുതായി എത്തുവാൻ തുടങ്ങി. "ഭ്രാന്തൻ വാതകമാണത്. അത് നമ്മുടെ വാസസ്ഥലത്ത് എത്തിയാൽ കുഴപ്പമാകും. നമുക്കും ഭ്രാന്തു വരാം കൂട്ടരെ.." ഒരു മത്സ്യം ഭയപ്പാടോടെ പറഞ്ഞു.

അതിനകം പെണ്ണുങ്ങൾ തളർന്നിരുന്നു. അല്പം വെളിവുകിട്ടിയ ഒരുവൾ ഏന്തിവലിഞ്ഞു ചെന്ന് ജാലകങ്ങൾ തുറന്നു. കുതിച്ചുവന്ന കടൽക്കാറ്റ് നെസ്ജീൻ വാതകത്തെ അലിയിപ്പിച്ചു. ഏന്തിവലിഞ്ഞുതന്നെ വന്ന് അവൾ നിലത്തും സോഫയിലും മറ്റും വിവസ്ത്രയായി കിടന്നവരെ മൂടിയിട്ടു.

സൂനജ മെല്ലെ വാച്ചിൽ നോക്കി. അവൾ പിടഞ്ഞെഴുന്നേറ്റു. മറ്റുള്ളവരെ കുലുക്കിയുണർത്തി. ആവേശിച്ചതുപോലെ വേഗം നിർഗ്ഗമിക്കുകയും ചെയ്യുന്നതായിരുന്നു ആ വാതകത്തിന്റെ ചാലകശക്തി. അതിനാൽ പെണ്ണുങ്ങളെല്ലാം ചാടിയെഴുന്നേറ്റു.

"വേഗം റെഡിയാക്ക്. ഹോംനേഴ്സ് ഇപ്പോൾ എത്തും. മോളും എത്താറായി." സൂനജ ആർത്തുവിളിച്ചു. ചെങ്കടൽ അധിക സമയം എടുക്കാതെ പുറത്തേക്കൊഴുകി. സൂനജ ഏതാനും മിനിറ്റുകൾകൊണ്ട് മുറി വൃത്തിയാക്കി. ഒരു നല്ല വീട്ടമ്മയുടെ വേഷം പൂണ്ടു.

ആറ്

അന്നത്തെ എല്ലാ ജോലികളും തീർത്ത് മുൻമുറിയിലെത്തിയ റാണി ക്ലോക്കിൽ നോക്കി സമയം ബോദ്ധ്യപ്പെട്ടു. ബാഗ് ടീപ്പോയിൽ വച്ചു. റിമോട്ട് കൺട്രോൾ എടുത്ത് ടെലിവിഷൻ പ്രവർത്തിപ്പിച്ചു. സെറ്റിയുടെ വക്കിൽ പാതിച്ചന്തിയുറപ്പിച്ച് ഇരുന്നു എന്ന് വരുത്തി. ചാനൽക്കാഴ്ചകളിൽനിന്ന് കണ്ണുപറിച്ച് ഇടയിൽ ക്ലോക്കിലേക്കവൾ കണ്ണയച്ചു. ക്ലോക്കിലെ സൂചികൾ അവളെ ഗൗനിക്കാതെ അതിന്റെ ചിട്ടയിൽ നീങ്ങുകയാണ്. പിന്നെയവൾ മത്സ്യപ്പെട്ടിയിലേക്ക് നോക്കി. ഡോളിയും ടോണിയും മോളിയും മിൻമിനിയും അവിടെ നിരന്നുനിന്നു.

റാണി കാഴ്ചകളുടെയും ചുറ്റുപാടുകളുടെയും ഇടയിൽ മറ്റെന്തോ തിരയുകയാണ് എന്ന് ടോണി.

അവളുടെ ജീവിതത്തിലെ ചില ഭാരങ്ങളെ ആ കാഴ്ചകൾ ഓർമ്മിപ്പിച്ചിരിക്കാം എന്ന് മോളി പറഞ്ഞു. അത് ഉണ്ടാക്കിയ ആശയക്കുഴപ്പങ്ങളായിരിക്കാം ചിലപ്പോൾ അവളുടെ മനസ്സിനെ മഥിക്കുന്നത് എന്നുകൂടി അവൾ അഭിപ്രായപ്പെട്ടു. കാഴ്ചകൾ ഇല്ലാതാവുമ്പോൾ ഒരുപാട് ഭാരമില്ലാതെയാവും എന്ന് അവൾ കൂട്ടിച്ചേർത്തു.

ആ സ്ത്രീയുടെ കണ്ണുകൾ പക്ഷേ, ശൂന്യമാണ് എന്ന് ഡോളി

കണ്ടുപിടിച്ചു. നയനങ്ങളിലെ ശൂന്യത സൂചിപ്പിക്കുന്നത് വറുതിയെ ആണെന്ന് അവൾ അവകാശപ്പെട്ടു.

"ഇന്നത്തെ ജോലി കഴിഞ്ഞ് അവൾക്ക് ഇറങ്ങിപ്പോകുവാൻ സമയമായി. ഒരുപക്ഷേ, ഇനിയവൾ സ്വന്തം വീട്ടിലേക്കാവും ചെന്നെത്തുന്നത്. ആ വീട് അവളെ സംബന്ധിച്ച് ഇതിലും കാഠിന്യമേറിയ ഒരു ഇടമാണ് എങ്കിൽ?" മിൻമിനി പറഞ്ഞതുകേട്ട് മറ്റുള്ളവർ പരസ്പരം നോക്കി.

"ഇതിലേറെ കാഠിന്യം?"

"നിസ്സാര കാര്യത്തിന് മർദ്ദിക്കുന്ന ഒരു ഭർത്താവ്... മദ്യത്തിന്റെയും ഛർദ്ദിയുടെയും മണം കലർന്ന വൃത്തികെട്ട അയാളുടെ ഉമ്മകൾ ഭാര്യ ഇഷ്ടപ്പെടുമെന്ന ധാരണ പുലർത്തുന്ന ഒരുത്തൻ. അയാൾ പ്രകൃതി വിരുദ്ധമായി വേഴ്ച നടത്തുവാൻ അവളെ നിർബ്ബന്ധിക്കുന്നുണ്ടാവും. അല്ലെങ്കിൽ ഇതിലേറെ വശം കെട്ടു കിടക്കുന്ന മാതാവോ പിതാവോ... മുടിയനായ ഒരു സഹോദരൻ. അതല്ല എങ്കിൽ അവളെ വേട്ടപ്പരുന്തിനെ പോലെ വട്ടമിടുന്ന സഹോദരീഭർത്താവ്.. അങ്ങനെ ഒരുപാടൊരുപാട് സാദ്ധ്യതകൾ ഉണ്ട്."

റാണി സെറ്റിയിൽനിന്ന് എഴുന്നേറ്റു. അവൾ റിമോട്ട് കൺട്രോൾ കൈയിലെടുത്ത് ടെലിവിഷൻ ഓഫ് ചെയ്തു. അവൾ ക്രെഡൻസയിലിരുന്ന ഒരടിയോളമുള്ള ഗാന്ധിപ്രതിമയുടെ അടുക്കലെത്തി. അതിൽ ഉറ്റുനോക്കി കുറച്ചുസമയം നിന്നു. ഒരു വലിയ നിശ്ശബ്ദത വീണ്ടും ആ മുറിയിൽ ചൂഴ്ന്നിറങ്ങുവാൻ തുടങ്ങുന്നുണ്ട്. ആ നിശ്ശബ്ദതയുടെ വലയിൽ കുരുങ്ങിക്കിടന്ന ഒരു പ്രാണിയെപ്പോലെ റാണി ഒതുങ്ങുന്നു എന്ന് ഡോളിക്ക് തോന്നി. ഇടവിട്ടുള്ള ചില കമ്പനങ്ങൾ മുറിയിലെ നിശ്ശബ്ദതയെ വെല്ലുവിളിക്കുന്നുണ്ടായിരുന്നു.

"എല്ലാവർക്കും സ്വസ്ഥമായി ഒതുങ്ങിക്കൂടുവാൻ ഒരു സങ്കേതമുണ്ടാകും. കാറ്റും വെളിച്ചവും ക്രമീകരിക്കപ്പെട്ട ഒരിടം. അവിടെ ഏതുചൂടിലും കുളിർമ്മ പകരുന്ന ചിലതുകാണും. തണുപ്പ് ഏറുമ്പോൾ ചൂട് പകരുവാനും. ഓരോരുത്തർക്കും ജീവിതത്തോട് ഇഷ്ടം തോന്നുന്നത് ആ വാസസ്ഥലത്തോട് ഉള്ള ഇഷ്ടം കൊണ്ടാണ്. വാസസ്ഥലം ശരിയല്ലാതെ ഒരു ജീവിയും എങ്ങും നിലനില്ക്കില്ല. അവ അവിടം വിട്ടുപോയി അലയും. മരണം വരെ."

"പാവം റാണി. അവളുടെ ഹൃദയത്തിൽ ചില വേദനകൾ ഉണ്ട് എന്ന് ഉറപ്പാണ്. സമൂഹം കാലങ്ങളായി അടിച്ചേല്പിച്ച പീഡനങ്ങളുടെ എത്രയോ വടുക്കൾ അവളിൽ ഉണങ്ങാതെ കിടക്കുന്നുണ്ടാവാം... ഈ ചില്ലുകൂടിനപ്പുറത്തുനിന്ന് അവൾ നിശ്ശബ്ദമായി കണ്ണുനീർ ഒഴുക്കാറുണ്ട്. ഉള്ളിൽ കടിച്ചമർത്തിയ എന്തൊക്കെയോ വേദനകൾ ഉരുകിയൊലിച്ച് കണ്ണുനീരായി പൊഴിയുന്നതാവും." മിൻമിനി വീണ്ടും കരഞ്ഞു.

റാണി കതക് പൂട്ടി ഇറങ്ങിയപ്പോൾ മുറിയിലെ നിശ്ശബ്ദത കൂടുതൽ കനപ്പെട്ട മാനങ്ങൾ സൃഷ്ടിച്ചു. ക്ലോക്കിലെ സൂചി മാത്രം ചെറുചലനങ്ങൾ ഉയർത്തിക്കൊണ്ടിരുന്നു.

വൈകുന്നേരം നേതാവും ശിങ്കിടികളും കയറിവന്നു.

"സാറെ.. ഓരോ ജനാധിപത്യ പ്രക്രിയയും വിരൽ ചൂണ്ടേണ്ടത് ജനപക്ഷത്തേക്കല്ലേ?" മധുഗോപാൽ എന്ന ശിങ്കിടി സംശയം തുടർന്നു - "എന്നാൽ ഇന്ന് നമ്മുടെ രാജ്യത്തെ ജനങ്ങൾ ഭരണകർത്താക്കളുടെ തുറന്നുള്ള അടിച്ചമർത്തലുകളെ നേരിടുന്നില്ലേ? സത്യത്തിൽ അതൊക്കെ ഗാന്ധിമാർഗ്ഗത്തിന് എതിരല്ലേ ?"

സുബാബു ഒരു കസേര വലിച്ചിട്ട് ഇരുന്നു. മറ്റുള്ളവരോട് ഇരിക്കുവാൻ പറഞ്ഞു. എന്നിട്ട് അനുകമ്പയോടെ മധുഗോപാലിനെ നോക്കി പ്പറഞ്ഞു-"എടോ.. താൻ ആവശ്യമില്ലാത്ത ധാരാളം പുസ്തകങ്ങൾ വായിക്കുന്നുണ്ട്. അതാണ് ഇങ്ങനെയൊക്കെ ചിന്തിക്കുവാൻ കാര്യം." അദ്ദേഹം മറ്റൊരാളോട് മദ്യം വിളമ്പുവാൻ പറഞ്ഞു.

"സുബാബു സാറേ... നല്ലതോ ചീത്തയോ ആകട്ടെ, നമുക്ക് ദൈവ ന്തമ്പുരാൻ കനിഞ്ഞ് നല്കിയ ചെല കാര്യങ്ങളൊണ്ട്. പൊകവലി, മദ്യം, അങ്ങനെ ചെലത്.. ആത്മാവുമായി എവിടെങ്കിലും കൂനിക്കൂടിയിരി ക്കുമ്പോ ഇത്തിരി പൊക കൊടുക്കാൻ കഴിഞ്ഞാൽ അതില്പരം സുഖ മൊണ്ടോ. അതുപോലെ ഈ മദ്യമില്ലായിരുന്നെങ്കിൽ നമ്മക്ക് ഒരുത്തനെ ചുമ്മാ വളഞ്ഞുപിടിച്ചിട്ട് പൂശാൻ കഴിയുമോ.. ബോധത്തോടെ എവിടെ ങ്കിലും വെടിപറഞ്ഞിരിക്കുമ്പോൾ എത്ര ബോറായിരുന്നേനെ.. ഉള്ളതു പറയാല്ലോ.. ചില വേദികൾ സാറ് മദ്യത്തിനെതിരെ വാതോരാതെ പ്രസംഗി ക്കുന്നത് കേൾക്കുമ്പോൾ അസ്വസ്ഥമാകാറുണ്ട്.. സാറിന്റെ ഗാന്ധിമാർഗ്ഗം എന്ന മറ വളരെ നേർത്തതാണ്. ചിലപ്പോളെങ്കിലും തല പെരുപ്പിക്കുന്ന ഈ ലായനികൾ നമ്മെ സഹായിക്കുന്നില്ല എന്ന് പറയുവാൻ കഴിയില്ല." അഗസ്തി ഗ്ലാസിൽനിന്ന് ഒരു കവിൾ എടുത്തിട്ട് തുടർന്നു.. "അല്ലെങ്കി നമ്മൾ ഈ അറുബോറൻ കണ്ടൻ വർക്കിയേക്കെ എങ്ങനെ സഹിച്ചേനെ."

മൂന്നുപേരും ചേർന്നിരുന്ന് ചിരി തുടങ്ങി. ഒരു മദ്യക്കുപ്പിയുടെ ചുറ്റു മിരുന്ന് എന്തിനാണ് ഇങ്ങനെ ഇവർ ചിരിക്കുന്നത് എന്ന് ടോണി അന്തംവിട്ടു.

മദ്യത്തെക്കുറിച്ച് വാതോരാതെ കുറ്റം പറയുമെങ്കിലും ലഹരിയുടെ തോളിലേറി കടൽസഞ്ചാരങ്ങൾ നടത്തുന്നത് ഇവർക്ക് ഇഷ്ടമാണ് എന്ന് ഡോളി പറഞ്ഞു. മനുഷ്യൻ കിട്ടുന്ന അവസരങ്ങളിൽ എല്ലാം മദ്യപി ക്കുന്നു എന്ന് ടോണി സഹതപിച്ചു. "ഒരു മദ്യക്കുപ്പിയുടെ ചുറ്റിലും ഇരു ന്നാണ് അവർ വിഭ്രമപ്പെടുന്നത്. ശരിക്കും ഈ ദ്രാവകം ഉള്ളിൽ ചെല്ലു മ്പോൾ എന്താണ് സംഭവിക്കുന്നത് എന്ന് നിനക്ക് പറയാമോ ഡോളീ.. എല്ലാം അറിയുന്നവൾ അല്ലേ നീ..."

അത് അറിയില്ല എന്ന് ഡോളി സമ്മതിച്ചു. ആരെങ്കിലും മദ്യക്കുപ്പി യിൽനിന്ന് പകർന്നെടുത്ത് ഈ ടാങ്കിലേക്ക് ഒഴിച്ചുതന്നാൽ നമുക്ക് അതിന്റെ രുചി അനുഭവിച്ച് അറിയാമായിരുന്നു എന്ന ആഗ്രഹം മോളി വ്യക്തമാക്കി.

മദ്യമെന്നത് മത്തുപിടിപ്പിക്കുന്നതാണ് എന്ന് ഡോളിക്കറിയാമാ യിരുന്നു.

"സത്യത്തിൽ രണ്ടെണ്ണം കഴിച്ചിട്ട് മൂഡാക്കി ഇരുന്നപ്പോഴാണ് ആ ഇരുമ്പ് തോമയുടെ മുഖം തെളിഞ്ഞുവന്നത്. അയാളെവിടത്തെ

ഗുണ്ടയാ.. രണ്ടിടി തികച്ചു കൊടുത്തില്ല.. തോമ നാടുവിട്ടു..” അഗസ്തി ഉറക്കെച്ചിരിച്ചു. അയാൾ എഴുന്നേറ്റ് മറ്റുള്ളവർക്ക് ഹസ്തദാനം നടത്തി.

“ഇന്ന് സമാധാനത്തിന്റെ ദൂതനായി അറിയപ്പെടുന്ന നേതാവാണ് ഈ സുബാബുസാർ.. പക്ഷേ, നേതാവേ.. ഒരു സത്യം മറക്കരുത്. സംഘർഷഭരിതമായ ഈ തല്ലിപ്പൊളി ലോകത്ത് സമാധാനം നിലനിർത്തുന്നത് നമ്മൾ ഇരുട്ടിന്റെ മറയിൽ നടത്തുന്ന ഇത്തരം അഭ്യാസമുറകളിലൂടെയാണ്.. സമാധാനം നിലനിർത്തുവാൻ എന്നും മർദ്ദന ഉപാധികൾതന്നെ വേണ്ടിവരുന്നു.” കണ്ണൻ വർക്കി നടത്തിയ പ്രഖ്യാപനം വീണ്ടും ചിരിയലകൾ ഉയർത്തി.

മുറിയുടെ മൂലയിലെ ടാങ്കിൽ കിടന്ന ജലചരങ്ങൾ ആ ചിരിയുടെ അലകളിൽ ഉയർന്നുതാഴ്ന്നു. വെള്ളത്തിന് വെളിയിൽ ഉയരുന്ന ചിരികളും കരച്ചിലുകളും ആർപ്പുവിളികളും ജലാധാരത്തിൽ ശ്രവിക്കപ്പെടുന്നത് വിചിത്രമായ മുഴക്കങ്ങളായാണ്.

ആ മുഴക്കത്തിന്റെ അർത്ഥങ്ങൾ അറിയുന്നവളാണ് ഡോളി. തന്റെ വിശേഷപ്പെട്ട കഴിവുകൊണ്ട് അവൾ മനസ്സിലാക്കിയ കാര്യങ്ങൾ സഹജീവികൾക്കായി സമയാസമയങ്ങളിൽ വിളമ്പി.

“ഓരോ വട്ടവും മദ്യം പകരുന്ന വീര്യമുൾക്കൊണ്ട് ഇവർ നഗരത്തിലേക്ക് ഇറങ്ങിച്ചെല്ലും. നഗരത്തിന്റെ ഒഴിഞ്ഞ കോണുകളിലും ഇരുട്ടിന്റെ മറയിലും വച്ച് മുൻതീരുമാനപ്രകാരം കണ്ടുവച്ച ആരെയെങ്കിലും ആക്രമിക്കും. മർദ്ദിച്ച് അവശരാക്കും. എന്നിട്ട് ഇരുട്ടിന്റെ മറവിലൂടെ കടന്നുകളയും. നിരവധി പേരെ ഇത്തരത്തിൽ ഇവർ ആക്രമിച്ച് നിലമ്പരിശാക്കിയിട്ടുണ്ട്. എന്നിട്ട് സമാധാനത്തിന്റെ മഹത്ത്വത്തെക്കുറിച്ച് വെളിച്ചത്തിൽ സംസാരിക്കുമീ പകൽമാന്യന്മാർ..”

“എന്താണ് അതിലൂടെ നേടുന്നത് ?”

“ലഹരി പിടിച്ച മനസ്സിന്റെ വിളയാട്ടങ്ങൾ.. ഇതൊക്കെ മനുഷ്യരുടെ ചില വൈകല്യങ്ങളാണ്. അവൻ എത്തിപ്പെട്ട ഉയരങ്ങളെക്കുറിച്ച് വീമ്പു പറയുമ്പോൾ മൃഗങ്ങളെപ്പോലും നാണിപ്പിക്കുന്ന ചില വൈകല്യങ്ങൾ അവൻ പേറുന്നു. നോക്കുക അവരുടെ ചർച്ചകളുടെ പോക്ക് എങ്ങോട്ടെന്ന്. ”

കണ്ണൻവർക്കി പുതിയ ഒരു പദ്ധതി അവതരിപ്പിക്കുകയായിരുന്നു. കടലോരത്തെ ഒരു കോളനിയുടെ കോണിലുള്ള ഒരു യുവതിയെ തെരുവിലൂടെ തുണിയില്ലാതെ നടത്തണം എന്നായിരുന്നു അത്. അവൾ വിലക്കുകൾ മറികടന്ന് അന്യ സമുദായക്കാർക്കും തുണിയഴിച്ച് കിടന്നു കൊടു ക്കുന്നു എന്നതാണ് ആരോപിക്കപ്പെട്ട കുറ്റം. നേതാവിന്റെ വിലക്കുകളെ പരസ്യമായി തള്ളിപ്പറഞ്ഞ് പുച്ഛിച്ചു എന്നതാണ് അവൾ ചെയ്ത മഹാപാതകം.

“പെടക്കോഴികൾ കൂവുന്നത് ആപത്താണ്.” എന്ന് ഒരാൾ കൂവി.

“അവളുടെ കൊരവള്ളിക്ക് കുത്തിപ്പിടിക്കണം.” എന്ന് അടുത്തയാൾ.

“പെണ്ണിന്റെ മാനം കെടുത്തിയാലെ അവൾ ശരിക്കും വേദനിക്കൂ... അവളുടെ സിരകൾ ശരിക്കും ദേഹത്തല്ല. അഭിമാനത്തിലാണ്.”

“പിടിച്ച് വണ്ടിയിലിട്ട് തുണി മുഴുവനും അഴിച്ചിട്ട് കവലയിൽ എറ

ക്കിവിടാം."

"അതെ. നൂറുപേര് കാണട്ടെ അവളുടെ അരയ്ക്ക് ചുറ്റും എന്നതാണെന്ന്."

മോളി ഡോളിയോട് ചേർന്നുനിന്നു. അവൾ ആരാഞ്ഞു- "തുണി കൊണ്ട് മനുഷ്യൻ മറച്ചത് അവന്റെ മാനമാണോ? അതിന്റെയർത്ഥം തോന്നുമ്പോൾ അഴിച്ചെടുത്ത് മാനനഷ്ടം വരുത്തുവാനുള്ള ഉപാധിയാണ് വസ്ത്രം എന്നല്ലേ?"

ശരിക്കും അങ്ങനെയല്ല എങ്കിലും തുണികൊണ്ട് അവൻ പൊതിഞ്ഞുകെട്ടുന്നത് മാനക്കേടുകളെയാണ് എന്ന് ഡോളി പറഞ്ഞു. അടിസ്ഥാന ശരീരത്തിന്റെ ചില ഭാഗങ്ങളെ മറച്ചുപിടിച്ച് അതിനെ മാനവും മാനക്കേടുമായി മനുഷ്യർ പങ്കുവച്ചു. മെല്ലെ വസ്ത്രങ്ങൾക്ക് ശരീരത്തോളം അല്ലെങ്കിൽ ശരീരത്തേക്കാൾ പ്രാധാന്യം എന്ന നിലയിലെത്തി കാര്യങ്ങൾ. വസ്ത്രമില്ലായ്മ തന്നെയാണ് മനുഷ്യനൊഴികെയുള്ള ജീവികളെ പ്രകൃതിയോട് ചേർത്തു നിർത്തുന്നത് എന്നും അവൾ കൂട്ടിച്ചേർത്തു.

"അഗസ്തീ..." കണ്ണൻ വർക്കി പറഞ്ഞുതുടങ്ങി. "കാക്കാശിന്റെ വിവരമില്ല എങ്കിലും എന്റെ ഭാര്യ ഒരു പാവമാണ്.. അവടെ വിചാരം എനിക്ക് അവളോട് ഭയങ്കര സ്നേഹമാന്നാ.. യേത്.. എടയ്ക്കെടയ്ക്ക് എന്തേലും യൂസ്ലെസ്സ് സാധനങ്ങൾ വാങ്ങിക്കൊണ്ടുക്കൊടുക്കും. അവക്ക് അതുമതി. വല്ല കോട്ടൺ ചുരീദാറോ വെൽവറ്റ് ബാഗോ.. ഫുട്പാത്തിൽ നിന്നു വാങ്ങിയാലും മതി.. അക്കാര്യത്തിൽ ഞാനൊരു ഭാഗ്യവാനാ.. പിന്നെ വിളിക്കുമ്പോഴൊക്കെ തുണി അഴിച്ചുതരും"

"എന്റെ ഭാര്യക്ക് ആ ഒറ്റക്കൊഴപ്പമേ ഒള്ളൂ.. സ്വവർഗ്ഗം. അത് കൊറച്ചു കടുത്തുപോയി." അഗസ്തി ഒന്നു നിർത്തിയിട്ട് മദ്യം ഒരിറക്ക് കഴിച്ചു. "അവള് നഗരത്തിന്റെ കവാടത്തിനരികിൽ ലേഡീസ് സ്റ്റോർ നടത്തുന്ന ഒരു എരണംകെട്ടവളുമായി കെടക്കും. എന്നിട്ട് എന്റെടുത്ത് ഒരുതരം മെല്ലെപ്പോക്ക് നയോം.."

"സ്വവർഗ്ഗം നമ്മുടെ മതത്തില് ഒരു പാപം അണെടോ..?" കണ്ണൻ വർക്കി സോദോം ദേശത്തിന്റെ കഥ ഓർമ്മിപ്പിച്ചു.

"ഞങ്ങടെ മതത്തില് കുറച്ചൊക്കെ സ്വവർഗ്ഗമാകാം.. പുരാണങ്ങളിൽ അത്തരത്തിൽ ചെല കഥകളൊണ്ട്.." സുബാബു തട്ടിവിട്ടു.

"സത്യമ്പറഞ്ഞാൽ ഇങ്ങനെ കൊറേ കഥകളല്ലേ നമ്മുടെ പുരാണങ്ങൾ.. വെറും കഥകൾ തന്നെയല്ലേ നമ്മുടെ എല്ലാ മതങ്ങളും..." പെരുത്ത തല കുടഞ്ഞുകൊണ്ട് അഗസ്തി പറയുന്നതുകേട്ട് ഡോളി അയാളെ ശ്രദ്ധിച്ചു. അവർക്ക് അഭിമുഖമല്ലായിരുന്നു അയാളുടെ ഇരുപ്പ്. അതിനാൽ അയാളുടെ മുഖഭാവം കാണുവാൻ അവൾക്ക് കഴിഞ്ഞിരുന്നില്ല.

മുൻവാതിൽ തുറന്ന് കോടാലി എത്തി. മുഖം നിറയെ കുരുക്കളുള്ള അയാൾ മൂന്നുപേരെയും നോക്കി ഇളിച്ചു. ഡൈനിങ് ടേബിളിന്റെ ഒരു കസേര ഉയർത്തിക്കൊണ്ടുവന്ന് അതിലിരുന്നു. ഉപയോഗിച്ച് മെഴുകിയ പിടിയും മൂർച്ച പോകാത്ത വായ്ത്തലയുമുള്ള ഒരു ആയുധത്തെ

ഓർമ്മിപ്പിക്കുന്ന ആ വിളിപ്പേരുകൊണ്ട് അയാൾ ഒളിപ്പിച്ചു പിടിച്ച മുഖം കൂടുതൽ ഭീകരമായിരിക്കുമെന്ന് മത്സ്യങ്ങൾ അടക്കം പറയാറുണ്ട്.

“കുപ്പി തീർന്നു.” ആരോ വിലപിച്ചു.

സുബാബു എഴുന്നേറ്റുപോയി ഒരു മുന്തിയ ഇനം വിദേശ മദ്യക്കുപ്പിയുമായി വീണ്ടും വന്നു. അയാൾ അത് തുറന്ന് വീതം വച്ചു.

“ആളൊരു ഗാന്ധിയനാണെങ്കിലും മുന്തിയ ഇനങ്ങൾ കൃത്യമായി കൊണ്ടെത്തിക്കുവാനൊള്ള കഴിവൊണ്ട് നേതാവിന്..” ആരോ പുലമ്പി.

“എന്റെ മോള് പതിനേഴ് വയസ്സിൽത്തന്നെ ഒരു ചെറുക്കനുമായി മുടിഞ്ഞ പ്രേമത്തിലാണ്.” നേതാവ് സുഹൃത്തുക്കളോട് ഒരു രഹസ്യം വിളമ്പി– “ഇപ്പഴത്തെ പിള്ളേരൊക്കെ ഇങ്ങനാ.. എല്ലാം പെട്ടന്നാണ്. നമ്മളൊക്കെ പഠിപ്പ് തൊടങ്ങിയ പ്രായത്തില് അവര് എല്ലാം പഠിച്ച് തീരും. പണ്ട് പഠിപ്പ് കഴിഞ്ഞ് കൊറേനാൾ തെണ്ടിത്തിരിഞ്ഞു നടന്നാൽ ഒരു തൊഴില് കിട്ടിയാൽ ആയി. അല്ലെങ്കിൽ സ്വന്തായിട്ട് എന്തെങ്കിലും ചെയ്യും. ഇപ്പം പഠിച്ചു തീരുമുമ്പേ കാമ്പസീന്ന് കമ്പനിക്കാര് കൊത്തിക്കൊണ്ട് പോവാണ്... മിക്കവാറും അതിനകം അവരുടെ പാർട്ട്ണറെ ഫിക്സ് ചെയ്തിരിക്കും..”

അതൊക്കെ വെറും ന്യൂജനറേഷൻ ത്രില്ലുമാത്രമാണ് സുബാബു സാറേ.. എന്നുപറഞ്ഞ് കോടാലി ദുഷിച്ച ചിരി ഉതിർത്തു. ഇപ്പഴത്തെ പിള്ളാര് കാമുകന്റെ ജാതീം സ്റ്റാറ്റസുമൊക്കെ നോക്കിയാണ് പ്രണയിക്കുന്നത്. അപ്പനമ്മമാർക്ക് വലിയ പണിയില്ല എന്ന് അഗസ്തി. ഇക്കാലത്ത് പഴയപോലെ മിശ്രവിവാഹങ്ങൾ നടക്കുന്നില്ലയെന്ന് അയാൾ കൂട്ടിച്ചേർത്തു.

“മനുഷ്യരുടെ വിവാഹം എന്ന കാഴ്ചപ്പാട് രസകരവും അതേസമയം അവന്റെ സൈദ്ധാന്തികമായ കെട്ടുപാടുകളുടെ കൂട്ടത്തിൽ വളരെ വിചിത്രവുമാണ്.” ഡോളി പറയുന്നതുകേട്ട് മിൻമിനിയും മോളിയും ചുറ്റിനുമെത്തി. വിവാഹം എന്ന കൗതുകത്തെക്കുറിച്ച് കൂടുതൽ അറിയുവാനുള്ള ജിജ്ഞാസയോടെ.

മറ്റ് ജീവികളിൽനിന്ന് ബൗദ്ധികമായി മുന്നേറിയെങ്കിലും ശാരീരികമായി മനുഷ്യൻ എന്നും തീരെ ദുർബ്ബലനായിരുന്നു എന്ന് അറിയിച്ചുകൊണ്ടാണ് അവൾ തുടങ്ങിയത്. കൂട്ടമായി ജീവിച്ചുകൊണ്ടാണ് അവൻ തന്റെ ചുറ്റുപാടുകളെ നേരിട്ടത്. അങ്ങനെ സമൂഹമായി ജീവിക്കുമ്പോഴും ലൈംഗിക ചോദനകൾ അടക്കിവച്ചിരുന്നില്ല. സമൂഹത്തിന് അംഗബലവും വേണം. ശക്തന് മാത്രം ഇണകളെ പ്രാപിക്കുവാൻ കഴിയും എന്ന രീതിയിലുള്ള ഘടന സ്വാഭാവികമായും ചോദ്യം ചെയ്യപ്പെടും. ഒരു കൂട്ടത്തിലെ എല്ലാ ആണുങ്ങൾക്കും ഇണ ചേരുവാനുള്ള ചോദനയുണ്ടാവുമല്ലോ? അപ്പോൾ നിരന്തരമായ കിടമത്സരങ്ങൾ ഉണ്ടാകുന്നു. പലപ്പോഴും കുലത്തലവൻ തന്നെ ആക്രമിക്കപ്പെട്ടിരിക്കാം. ഇതിനെ നേരിടുവാൻ അവർ തുടങ്ങിയ പ്രസ്ഥാനമാണ് ഭാര്യഭർത്തൃബന്ധം. അതുകൊണ്ട് അവർക്ക് ഒരുപാട് ഗുണങ്ങളുണ്ട്. സമൂഹത്തിൽ

നല്ല നിയന്ത്രണം വരുന്നു. കിടമത്സരങ്ങൾ ഒഴിവാകുന്നു. പെണ്ണിന് ശാരീരികമായും മാനസികമായും കൂടുതൽ സ്വസ്ഥത കിട്ടും.

ആണിന്റെ വിപുലമായ ലൈംഗികചോദനയുടെ മേൽ ഇത് ചില കടിഞ്ഞാണുകൾ ഇടുകയല്ലേ എന്ന് മോളി ചോദിച്ചു.

ഇണചേരൽ എന്നത് ശാരീരികമായി വിജയം കൈവരിച്ചാൽ മാത്രം ലഭിക്കുന്ന അവസരമാണ് എന്നതിൽനിന്ന് അവന് മോചനം കിട്ടി. മാത്രമല്ല, സ്ഥാപനവല്ക്കരിക്കപ്പെട്ട കുടുംബ ബന്ധങ്ങളുടെ നിർവ്വചനങ്ങൾ വഴി കൂടുതൽ അച്ചടക്കവും ആയുസ്സും മനുഷ്യന് നേടുവാൻ കഴിഞ്ഞു. പിന്നീട് മനുഷ്യ നിർമ്മിതമായ മതങ്ങൾ അത് മുതലെടുത്തു എന്നുകൂടി പറയുവാൻ അവൾ മറന്നില്ല.

മോളിക്ക് അതുമുഴുവൻ മനസ്സിലായില്ല. അവൾ മിൻമിനിയോട് എന്തോ ചോദിച്ചു. അവൾക്കും കാര്യമായി ഒന്നും മനസ്സിലായില്ല. ചില്ലുപാളികൾക്കപ്പുറം തുടരുന്ന മദ്യസദസ്സിലേക്ക് അവർ വീണ്ടും എത്തി.

ഓരോ വട്ടം കൂടി ഗ്ലാസുകൾ നിറച്ചിട്ട് സുബാബു പറഞ്ഞു- "കഴിഞ്ഞ മാസം ഒരു രാത്രി നമ്മളെല്ലാം ചേർന്ന് ബീച്ചിലിട്ട് തല്ലി വീഴ്ത്തിയ ആ അറയ്ക്കൻ ആശുപത്രി വിട്ടു. അവൻ പൊലീസിന് മൊഴി കൊടുത്തില്ല. അവന് എന്തോ ഉദ്ദേശമൊണ്ട്."

"കുളയട്ട പോലെ ചോര കുടിക്കുന്ന ഒരുത്തനാണ് ആ അറയ്ക്കൻ. നമുക്ക് അവനെ ഒരിക്കൽക്കൂടി പിടി കൂടണം. ഇനി അവൻ നേരെ നടക്കരുത്. കൊന്നാലും കൊഴപ്പമില്ല. അവന്റെ ശരീരം ഇടിച്ചുചതച്ചിട്ട് കടലിലേക്ക് എറിഞ്ഞുകളയണം."

"എടോ... ഞാൻ ജനസമ്മതനായ ഒരു നേതാവാണ്. അത് മറക്കരുത്.."

അതുകേട്ട് മോളി വെള്ളത്തിൽ ഒന്നു പിടച്ചു. പുത്തൻ ഓളങ്ങൾ ചില പുതിയ ചിന്തകൾ പോലെ താളം തീർത്തു.

കൊലപാതകം മനുഷ്യർക്കിടയിൽ ഭിന്നരൂപത്തിലുണ്ട് എന്ന് ഡോളി പറഞ്ഞു. "ഓരോ മനുഷ്യനും മനസ്സുകൊണ്ട് കൊലപാതകിയാണ്. അവർ നോട്ടം കൊണ്ടും ചിന്ത കൊണ്ടും അപരനെ കൊല്ലുന്നു. കൊന്നാൽ പാപം തിന്നാൽ തീരുമെന്നാണല്ലോ പ്രമാണം. ഒരുമാതിരിപ്പെട്ട മറ്റുജീവികളെല്ലാം അവന് വിധിച്ച ഇരയെ വേട്ടയാടുമ്പോൾ മനുഷ്യർ അങ്ങനെയല്ല മിൻമിനീ.." ഡോളി മിൻമിനിക്കൊപ്പം മെല്ലെ നീന്തുകയായിരുന്നു.

ചിരിച്ചുതീർക്കുവാൻ കഴിയുന്ന സന്തോഷങ്ങൾ പോലെയോ അല്ലെങ്കിൽ കരഞ്ഞു തീർക്കുവാൻ കഴിയുന്ന സങ്കടങ്ങൾ പോലെയോ അല്ല എല്ലാ കാര്യങ്ങളും എന്ന് ചില്ലുകൂട്ടിനരികിൽ വന്ന് പുലമ്പിയ റാണിയെ ഡോളിക്ക് ഓർമ്മവന്നു.

"ഇയാളുടെ മുടിഞ്ഞ ഒരു പേടി.. കൊലപാതകം എന്നുകേട്ട് അങ്ങനെ പേടിക്കല്ലേ അഗസ്തീ.." കോടാലി തുടർന്നു-"അല്പംകൂടി

പ്ലാൻ ചെയ്ത് ചെയ്യണം എന്നേയൊള്ളു. പിടിക്കപ്പെടാതെയും തെളിയിക്കപ്പെടാതെയും പോകുന്ന എത്രയെത്ര കൊലപാതകങ്ങൾ ആണ് നാട്ടിൽ നടക്കുന്നത്.. അക്കൂട്ടത്തിൽ ഒന്നോ രണ്ടോ കൂടും. അത്രതന്നെ.."

"പിടിച്ചാലും കൊറച്ചുനാള് ജയിലില് കെടക്കണം. കൂടിവന്നാൽ തൂക്കിക്കൊല്ലും. നമ്മുടെ നാട്ടിലെ ഇന്നത്തെ അവസ്ഥ നോക്കിയാൽ നാട്ടിൽ കെടക്കുന്നതും ജയിലിൽ കെടക്കുന്നതും കണക്കാ..."

തൂക്കിക്കൊല നിരോധിച്ചില്ലേടോ എന്ന് കണ്ണൻ വർക്കി തിരക്കി.

"തൂക്കിക്കൊല നിരോധിച്ചിട്ട് എന്താ കാര്യം. അല്ലാതെ തന്നെ ഈവ്ടെ കൊല ചെയ്യുന്നില്ലേ? ഒന്ന് ശരിക്ക് കണ്ണുതുറന്ന് ചുറ്റുപാടും നോക്കിയേ.. കാണുന്നത് എന്തെല്ലാമാണ്? കൊല്ലാതെ കൊല്ലുന്നതും ക്രൂരതയോടെ എരിതീയിലിട്ട് നീറ്റുന്നതും കഷ്ടതയുടെ ഒടുക്കത്തെ കയങ്ങളിലേക്ക് തള്ളിവിടുന്നതുമെല്ലാം വധശിക്ഷയേക്കാൾ നീചമല്ലേ?"

"രാജ്യദ്രോഹത്തിന് പരമാവധി ശിക്ഷ കൊടുക്കുന്നത് നല്ലതു തന്നെ."

ആഭ്യന്തര കലഹത്തിന്റെ പേരിൽ ചില കളികൾ നടക്കുന്നുണ്ടെന്ന് കണ്ണൻ വർക്കി ആക്ഷേപിച്ചു. "ആ പേരിൽ ചിലരേക്കെ സൗകര്യപൂർവ്വം ഇല്ലാണ്ടാക്കുന്നൊണ്ട്.. ഭരണകൂടത്തിന് എളുപ്പം എടുത്ത് ഉപയോഗിക്കാവുന്ന ഒരു ആയുധമാണ് അത്തരം ഓപ്പറേഷനുകൾ."

ആടുന്ന തലയുമായി സുബാബു കോടാലിയെ നോക്കി. "എടോ കോടാലീ... താൻ നല്ലവനാ.. പക്ഷേ, തന്റെ കൂട്ടർ ചെലര് ശരിയല്ല എന്ന് പറയാതെ വയ്യ.. ദേ.. പത്രത്തേല് നോക്ക്.. കള്ളക്കടത്തൊക്കെ നടത്തുന്നവരിൽ പിടിക്കപ്പെടുന്നത് ആരാ... നമ്മടെ അതിരില് നുഴഞ്ഞു കയറുന്നത് ആരാ... കള്ളനോട്ടുകൾ അടിച്ചിറക്കുന്നത് ആരാ.."

"അങ്ങനെ അരാജകത്വവാദികള് എല്ലാ ജാതീലും മതത്തിലും ഒണ്ട്.. രാജ്യസ്നേഹികളും ഒണ്ട്.. നമ്മടെ ഈ പാർട്ടീടെ എടേല് അതൊക്കെ പറയേണ്ട.." അഗസ്തി ഒരു സമാധാന ശ്രമം നടത്തി.

സുബാബു ഉറക്കെച്ചിരിച്ചു. ആ ചിരിയെ കോടാലി വെറുപ്പോടെ നേരിട്ടു.

"എടോ കള്ളൻ നേതാവേ... തന്റെ ഉള്ളിന്റെ ഉള്ളിൽ താനൊരു ഹിന്ദുത്വ വാദിയാ... എത്ര മറച്ചുപിടിച്ചാലും തനിക്ക് അത് മൂടിവെക്കാൻ കഴിയില്ല. അതാണ് താൻ ഇപ്പോൾ ചിരിച്ചത്.." കോടാലി അലറി.

അയാളെ തല്ലുവാൻ ഓങ്ങിയ സുബാബുവിനെ കണ്ണൻ വർക്കിയും അഗസ്തിയും കൂടി അടക്കിയിരുത്തി. "സമാധാനത്തിന്റെ ഒരു പരസ്യ പ്രവാചകൻ.." എന്ന് കോടാലി വീണ്ടും പരിഹസിച്ചപ്പോൾ മറ്റുള്ളവർ അയാളെ പിടിച്ചടക്കി.

പൂച്ച അവരുടെ ഇടയിൽ എഴുന്നുനിന്ന് ശരീരം വില്ലുപോലെ വളച്ചു. കോടാലി അതിനെ കാലുകൊണ്ട് തൊഴിച്ചു. ദീനസ്വരം പിറപ്പെടുവിച്ചുകൊണ്ട് പന്തുപോലെ അത് തെറിച്ച് മത്സ്യപ്പെട്ടിയുടെ കീഴെ വീണു. ഡോളി അവന്റെ വീഴ്ചയിൽ സന്തോഷിച്ചുകൊണ്ട് ജലപാളികളിലൂടെ

നൃത്തം നടത്തി.

പാർട്ടി മതിയാക്കി മറ്റുള്ളവർ പോയപ്പോൾ സുബാബുവും മധുഗോപാലും അവശേഷിച്ചു.

"എത്രയായാലും സുബാബുസാറേ ഇവനൊക്കെ തനിക്കൊണം കാണിക്കും. നമ്മൾ വിശ്വസിക്കുന്ന മതേതരം വലിയ മണ്ടത്തരമാണോ എന്ന് എനിക്ക് തോന്നിത്തുടങ്ങി. എന്താണെന്ന് അറിയില്ല. ചില പത്ര വാർത്തകൾ എന്നെ സന്തോഷിപ്പിക്കുന്നു. ഒരു അപകടത്തിൽ മരിച്ചത് ഏത് സമുദായക്കാരനാണ് എന്ന് ഞാൻ ശ്രദ്ധിക്കുന്നു. ലോട്ടറിയടിച്ചത് ഏത് സമുദായക്കാരനാണ് എന്നുതിരഞ്ഞ് ഞാൻ ചിലപ്പോൾ സന്തോഷിക്കുന്നു. ചിലപ്പോൾ ദുഃഖിക്കുന്നു. മതത്തെ പരസ്യമായി തള്ളിപ്പറയുന്നവരൊക്കെ രഹസ്യമായി അവനവന്റെ മതത്തെ പിൻതാങ്ങുന്നുണ്ട്." മധുഗോപാൽ മുട്ടുകുത്തി നിന്ന് പറഞ്ഞു.

"അത്ഭുതം. ആ മനുഷ്യൻ അത് തുറന്ന് പറയുന്നു." ഡോളി മിൻമിനിയോട് തുടർന്നു - "മതം ഒരു സങ്കല്പമാണെങ്കിലും അത് ഇന്ന് മനുഷ്യകുലത്തിൽ ആഴത്തിൽ വേരിറക്കിയിട്ടുണ്ട്. അതിന്റെ ഗുണഭോക്താക്കൾ ചുരുക്കം ചിലരുണ്ടെങ്കിലും മിക്കവരും അതിറ്റു വീഴ്ത്തുന്ന വിഷം കഴിക്കുകയാണ്. മനുഷ്യന് പ്രത്യേകിച്ച് ഒരു നേട്ടവും ഉണ്ടാക്കിയിട്ടില്ലാത്ത ഒന്നാണ് അവന്റെ ജാതിമത വ്യവസ്ഥ. നാളെ അവന്റെ നാശവും അതുകൊണ്ടുതന്നെയായിരിക്കും."

തന്റെ ആശയങ്ങൾ നേതാവിൽ എന്തെങ്കിലും ചലനങ്ങൾ ഉണ്ടാക്കിയോ എന്നറിയുവാൻ മധുഗോപാൽ സുബാബുവിന്റെ മുഖത്ത് ഉറ്റുനോക്കിയിരുന്നു. നേതാവ് ജാലകത്തിലൂടെ പുറത്തേക്ക് തുറിച്ചുനോക്കി നിന്നു.

"എടോ.. തനിക്കറിയുമോ ഈ കോടാലി എന്നു വിളിക്കപ്പെടുന്നവൻ ആരെന്ന്. വലിയ വില കൊടുത്താണ് ഞാൻ അവനെ പോറ്റുന്നത്. മുമ്പു നടന്ന ഒരു കൂട്ടബലാത്സംഗത്തിലെ പ്രതിയായിരുന്നു ഇവൻ. അന്ന് ആ പെൺകുട്ടി മരിച്ചു പോയി. കൂട്ടുപ്രതികൾക്കൊപ്പം ഇവനും പിടിയിലായി. അന്നിവൻ മൈനറാണ്. പതിനാറു വയസ്സ്. ജുവനൈൽ ക്രൈം എന്നുപറഞ്ഞ് അക്കാലത്തെ നിയമം ഇവനു മാത്രം കാര്യമായ ശിക്ഷ നല്കിയില്ല. കുറച്ചു കാലം തടവും വിചാരണയും ഒക്കെ കണ്ടും അറിഞ്ഞും ഇവൻ നന്നായി പാകപ്പെട്ടു. അന്ന് ഏറെ ഒച്ചപ്പാടുണ്ടാക്കിയ ആ സംഭവത്തിൽ പെൺകുട്ടിയെ ഏറ്റവും ക്രൂരമായി ഉപദ്രവിച്ചത് ഇവനായിരുന്നു. അവളുടെ യോനി തകർത്തു കളഞ്ഞു. കുറ്റവിമുക്തനായി പുറത്തിറങ്ങിയ ഇവനെ സംഘത്തിൽ ചേർക്കുവാൻ പലരും മത്സരിച്ചു. അവസാനം ഞങ്ങളുടെ സംഘത്തിനൊപ്പം അവൻ ചേർന്നു."

മധുഗോപാൽ അന്തം വിട്ടുകൊണ്ടാണെങ്കിലും അതെല്ലാം ആസ്വദിച്ചു കേൾക്കുന്നുണ്ട് എന്ന് മിൻമിനി നിരീക്ഷിച്ചു. ഒരുപക്ഷേ, ഉള്ളിൽ അയാൾക്ക് വല്ലാത്ത ഭയം തോന്നിയിരിക്കാം. പിന്നെ അയാൾ തിടുക്കപ്പെട്ട് യാത്ര പറഞ്ഞ് ഇറങ്ങിപ്പോയി.

സുബാബു ക്രുദ്ധനായി കുറച്ചുനേരം കൂടി നിന്നു. ദൂരെയെവിടെയോ

അലയടിച്ചുകൊണ്ടിരിക്കുന്ന കടൽത്തിരകളുടെ ചലനങ്ങളാവാം അയാളുടെ കണ്ണുകളിൽ പ്രതിഫലിക്കുന്നത് എന്ന് ഡോളി കണക്കുകൂട്ടി. അതിനിടെ അയാളുടെ കണ്ണുകൾ ക്ലോക്കിലേക്ക് പാളി. മകൾ ഇപ്പോൾ വരും. അതിനിടെ ബെൽ ശബ്ദിച്ചു.

അത് സൂനജ ആയിരുന്നു.

അവൾ അയാളെ കടുപ്പിച്ച് നോക്കി. അവിടെ നിരന്നുകിടക്കുന്നുണ്ട് കുപ്പികളും ഗ്ലാസുകളും തീറ്റപ്പണ്ടങ്ങളും. "ഇവിടെ മുതിർന്ന ഒരു കൊച്ചൊണ്ട് എന്ന ഓർമ്മ വേണം നേതാവിന്." അവൾ പറഞ്ഞു.

"അതല്ലേ നിങ്ങൾ വരുന്നതിന് മുമ്പ് എല്ലാത്തിനേം പറഞ്ഞുവിട്ടത്.."

അവൾ ഒന്നും പറയാതെ പോയി. അവൾ പോയ ദിക്കിലേക്ക് നോക്കി അയാൾ പല്ലിറുമ്മുന്നത് മിൻമിനി കണ്ടു.

ഏഴ്

ഭർത്താവ് ദൂരെയാത്രയ്ക്ക് പോയ സമയം ഒരു ഒഴിവുദിവസം ഇങ്ങനെ വീണുകിട്ടിയാൽ ഉദ്യോഗസ്ഥയായ സ്ത്രീകൾ വെറുതെ കണ്ണു മിഴിച്ചിരുന്ന് സമയം കൊല്ലുമെന്ന് ടോണി പറഞ്ഞത് ഡോളി സമ്മതിച്ചു കൊടുത്തില്ല.

"സൂനജ കെട്ടുപൊട്ടിയ ഒരു വളർത്തുമൃഗമാണ്. അത് പച്ച തേടി അലഞ്ഞുകൊണ്ടിരിക്കും... ഇതേ ജനുസ്സുകളെ കണ്ടെത്തി അവരുമായി കൂട്ടുചേർന്ന് തുള്ളും."

പക്ഷേ, അവൾക്ക് അലയുവാൻ പരിധികളില്ലേ എന്ന് അവൻ സംശയിച്ചു. മനുഷ്യർ കല്പിച്ച പരിധികളെയാണോ ടോണി ഉദ്ദേശിച്ചത് എന്ന് ഡോളി സംശയിച്ചു. കാരണം, വിശേഷസിദ്ധിയില്ലാത്ത ഒരു സാധാരണ ജലചരമാണ് അവൻ. സ്ത്രീകൾക്കുള്ള മനുഷ്യനിർമ്മിതമായ പരിധികളെക്കുറിച്ച് അവന് അറിവുണ്ടാകുവാൻ വഴിയില്ല എന്ന് അവൾ ഓർത്തു.

"ടോണീ.. മനുഷ്യന്റെ സമൂഹനിർമ്മിതി പുരുഷപക്ഷമായ ചില തൂണുകൾ നാട്ടിയിട്ടാണ്. മറ്റ് ജീവികളെപ്പോലെത്തന്നെ ശാരീരികമായും മാനസികമായും അവർക്ക് തമ്മിൽ കാര്യമായ വ്യത്യാസങ്ങൾ ഇല്ല. പ്രത്യുല്പാദനപരമായുള്ള വ്യത്യസ്തതയാണ് ആകെയുള്ളത്. പക്ഷേ, നിയമങ്ങൾമൂലം അവൻ പരമാവധി വ്യതിയാനങ്ങളെ കല്പിക്കുന്നു. ചില അതിരുകൾ കെട്ടിയുണ്ടാക്കുന്നു. ഓരോ മനുഷ്യസ്ത്രീയും മാനസികമായും ശാരീരികമായും ഈ കെട്ടുകളെ പൊട്ടിക്കുവൻ ശ്രമിക്കുന്നുണ്ട്. ബാഹ്യമായ ശ്രമങ്ങളാവാം. ചിലപ്പോൾ ആന്തരികമായും."

തന്റെ കാമുകനുമായി മുറിയിലെത്തിയ സൂനജ പതിവിലധികം സൗന്ദര്യവതിയും അലങ്കാരങ്ങൾ അണിഞ്ഞവളുമാണ് എന്ന് ടോണിക്ക് തോന്നി. അവൻ പൊടുന്നനെയുണ്ടായ ആവേശത്തിൽ വെള്ളത്തിൽ കുത്തിമറിഞ്ഞു.

"കഴിഞ്ഞ ദിവസം ഒരു പഴയ സിനിമ ഇരുന്നുകണ്ടു. അതു കഴി

ഞ്ഞപ്പോൾ മുതൽ എനിക്ക് ഒരാശ. മൂകാംബികവരെ നമുക്കൊരുമിച്ച് ഒന്നു പോണം. എതിരുപറയാതെ നല്ല കുട്ടിയായി അത് സാധിച്ചുതരണം" സൂനജ കൊഞ്ചി. മുതിർന്ന സ്ത്രീകൾ കൊഞ്ചുന്നത് കേൾക്കുന്നത് കാല ക്കേടാണ് എന്നു മോളി ടോണിയോട് അതിനിടെ പറഞ്ഞു.

ഷിനോജ് സൂനജയെ ഉഴിഞ്ഞുനോക്കി. അയാൾ ഇട്ടിരുന്ന ചെക്ക് ഷർട്ട് നന്നായിട്ടുണ്ട് എന്ന് സൂനജയ്ക്കും മിൻമിനിക്കും ഒരുപോലെ തോന്നിയിരുന്നു. ഒരു കാമുകനും അയാളുടെ രഹസ്യക്കാരിയുമായി വിശുദ്ധ ഇടങ്ങളിൽ പോകുവാൻ ഇഷ്ടപ്പെടുകയില്ല എന്ന് ഡോളി വാദിച്ചത് അപ്പോഴാണ്. അത് ഏതാണ്ടൊക്കെ ശരിവക്കുന്ന മട്ടിൽ ഷിനോജ് അവളെ നിരുത്സാഹപ്പെടുത്തുവാൻ നോക്കി.

"അത് ഒരുപാട് ദൂരെയല്ലേ? രണ്ടുമൂന്ന് ദിവസമെടുക്കും. അത്ര ദൂരം പോകണമെങ്കിൽ നമുക്ക് ഒരുപാട് നുണകൾ മെനയേണ്ടിവരും."

ഡോളി ടോണിയെ വെല്ലുവിളിയോടെ നോക്കി. അത് അയാൾ കള്ളം പറയുന്നതാണ് എന്ന് അവൾ ചിരിച്ചു. ഇതാണ് ആണുങ്ങളുടെ കുഴപ്പം. അവർക്ക് കാമുകിയുടെ ശരീരം എളുപ്പത്തിൽ കിട്ടുമെങ്കിൽ അതുമതി. എന്നാൽ പെണ്ണിനോ? അവൾക്ക് രഹസ്യക്കാരൻ പലതുമാണ്. സൂനജ അവളുടെ രഹസ്യക്കാരനുമായി ഒരു ദൂരയാത്ര ആഗ്രഹിക്കുന്നു. അത് അവളുടെ ശരീരത്തിന്റെയല്ല മനസ്സിന്റെ ആവശ്യമാണ്. അങ്ങനെ അവളെക്കൊണ്ട് ആഗ്രഹിപ്പിക്കുന്നത് പൂർത്തിയാകാതെ അവളിൽ അവശേഷിക്കുന്ന വിചിത്രമായ ചില മോഹങ്ങളാണ്.

"നമുക്ക് മൂന്നാറിൽ പോയാലോ ? അവിടിപ്പം നല്ല സീസൺ ആണ്. അവിടെ എന്റെ പരിചയക്കാരന്റെ ഒരു ഫാം ഹൗസൊണ്ട്. ഏലത്തോ ട്ടങ്ങളും ഓറഞ്ചുമരങ്ങളും അതിരിടുന്ന ഒരു പോഷ് ഫാം ഹൗസ്. രണ്ടു നിലകളുള്ള ഒരു സൗധം. ഒരു മിനി തീയേറ്റർ വരെ അതിലുണ്ട്. അതാ വുമ്പം തീർത്തും സേഫാണ്. നീ എന്തെങ്കിലും ടൂർ ഉണ്ട് എന്നുപറഞ്ഞ് ചാടുക. ഒരു ദിവസമല്ലേ.. എനിക്കും അത് എളുപ്പമാണ്. അവിടെ നമ്മൾ ഇണക്കുരുവികളെപ്പോലെ പാറി നടക്കാം. ആരെയും കൂസാതെ." അയാൾ എഴുന്നേറ്റ് അവളെ പുണരുവാൻ ശ്രമിച്ചു.

"പോ ദൂരെ.. എനിക്ക് പോവണ്ട. പറ്റുമെങ്കിൽ നമുക്ക് മൂകാംബി കയിൽ പോകാം. സുബാബു അടുത്തയാഴ്ച ഡൽഹിക്ക് പോകുമത്രെ. മോൾ മൂന്നു ദിവസമൊക്കെ ഒറ്റയ്ക്ക് മാനേജ് ചെയ്യും. നീ ഒരു ട്രാവൽ പ്ലാൻ ഉണ്ടാക്ക്. മൂകാംബികയിൽ എനിക്ക് തൊഴണം. കുടജാദ്രി കയറണം. സൗപർണ്ണികയിൽ കുളിക്കണം. എല്ലായിടത്തും നീ എന്റെ കൂടെ വേണം."

"നോക്ക് സൂനജ.. ഇത് അത്ര സില്ലിയല്ല. നീ സിനിമയിലും കഥക ളിലും കണ്ടതൊക്കെപ്പോലെ ജീവിതത്തിൽ നടത്തുക എളുപ്പമല്ല. അവിടെ അത്ര പരസ്യമായി നമുക്ക് ചുറ്റുവാൻ കഴിയില്ല. നീ പോയിട്ടില്ല അവിടെ. മുഴുവൻ മലയാളികളാണ്. നമ്മളെ അറിയുന്ന ഏതെങ്കിലും കണ്ണുകൾക്ക് മുന്നിൽ ചെന്ന് പെടുവാൻ സാദ്ധ്യതയുണ്ട്. ഞാൻ പറഞ്ഞ

ഫാം ഹൗസ് സേഫാണ്. അവിടെ.."

അവൾ അയാളെ തുടരുവാൻ അനുവദിച്ചില്ല. പൊടുന്നനെ എഴുന്നേറ്റ് കാറ്റുപോലെ ഉൾമുറിയിലേക്ക് പോയി. ഷിനോജ് ക്ലോക്കിലേക്ക് പാളിനോക്കി. ഇനി കഷ്ടിച്ച് മുക്കാൽ മണിക്കൂർ മാത്രമുണ്ട് സമയം എത്തുവാൻ എന്ന് അയാൾ കണക്കുകൂട്ടിയിട്ടുണ്ടാവണം. വീണ്ടും അയാൾ ചില കണക്കുകൂട്ടലുകൾ നടത്തിയിട്ട് എഴുന്നേറ്റ് സുനജയുടെ പിന്നാലെ ചെന്നു.

"അവർ മൂകാംബികയിൽ പോകുമോ?" മിൻമിനി ചോദിച്ചു.

പെണ്ണ് അവളുടെ ശരീരത്തെ പിടികൊടുക്കാതെ നിർത്തി വില പേശിയാൽ ചിലപ്പോൾ ആണിനോട് ജയിക്കും എന്ന് ഡോളി പറഞ്ഞു. പക്ഷേ, മടുപ്പ് തുടങ്ങിയ ആണിനെ പരാജയപ്പെടുത്തുവാൻ ശരീരത്തിന്റെ വിലപേശലിന് എപ്പോഴും കഴിയണമെന്നില്ല എന്നും അവൾ കൂട്ടിച്ചേർത്തു.

ജീവികളുടെ നിലനില്പ് എന്നത് പ്രകൃതിയിലെ അടിസ്ഥാനപരമായ ഒരു ആവശ്യമല്ല എന്ന് തനിക്ക് തോന്നുന്നതായി ഡോളി പറഞ്ഞതുകേട്ട് മോളിയും മിൻമിനിയും അന്തംവിട്ടു. പ്രകൃതി എന്തിന് ഇവിടെ ജീവനെ നിലനിർത്തുവാൻ ശ്രമിക്കണം എന്ന് മത്സ്യസഹജമല്ലാത്ത ഒരു ചിന്ത അവളിൽ ഉരുവംകൊണ്ടിരിക്കാം. പ്രകൃതിയുടെ തെരഞ്ഞെടുപ്പുകൾ പലപ്പോഴും വിചിത്രമാണ്. അത് വേണ്ടതിനെയും വേണ്ടാത്തതിനെയും പിന്താങ്ങുന്നുണ്ട്. പ്രാണവായു ജീവനെ താങ്ങിനിർത്തുവാൻ പോന്ന അളവിൽ ഇവിടെ തങ്ങിനിന്നതിന്റെ ഫലമാണല്ലോ ഭൂമിയിൽ ഇത്രമാത്രം ജീവവൈവിദ്ധ്യം ഉണ്ടാകുവാൻ കാരണപ്പെട്ടത് എന്ന് അവൾ ചോദിച്ചു.

മനുഷ്യന്റെ ശതമാനക്കണക്ക് പ്രകാരമല്ല ഭൂമിയിൽ ജീവവായു ഉരുത്തിരിഞ്ഞത്. കാലങ്ങളോളം വിവിധ പ്രതിപ്രവർത്തനങ്ങൾ നടന്നിട്ടാവും വാതകങ്ങളുടെ സാന്നിദ്ധ്യം ആ അളവുകളിലെത്തിയത്. അതിനിടയിൽ സംഭവിച്ച ഒരുപാട് കാര്യങ്ങളിൽ ഒന്ന് മാത്രമാണ് ജീവജാലങ്ങളുടെ ഉത്ഭവം. ഭൂമിയിൽ കാണപ്പെട്ട ജലവും വായുവും കാലാകാലങ്ങളായി സൂര്യൻ പകർന്നുനല്കിയ ഊർജ്ജവും എല്ലാം അതിന് ഉപോൽബലകമായി. അങ്ങനെ ജീവന്റെ തുടിപ്പുകൾ ഉണ്ടായി. ചെറുജീവികൾ മുതൽ വലിയ തിമിംഗലങ്ങൾവരെയുള്ള ജീവികളുടെ ഒരു ഇടമായി ഭൂമി മാറിയത് അങ്ങനെയാണ്. അതിലൊരു ജീവി മാത്രമായ മനുഷ്യന് ഇത്രമാത്രം നിയമ സംഹിതകൾ വേണ്ടിവന്നത് എന്തിന്? ഡോളിയുടെ ആ ചോദ്യത്തിന് മറുപടി ഇല്ലാത്തതിനാൽ മോളി താഴേക്ക് തുഴഞ്ഞിറങ്ങി ഒരു പാറയുടെ അരികിൽ വന്ന് നിശ്ചലയായി.

മനുഷ്യരുടെ നിയമങ്ങൾ തന്നെയല്ലേ അവിടെയും പ്രശ്നം എന്ന് പുലമ്പിക്കൊണ്ട് ഡോളി ചിന്താസമുദ്രത്തിലൂടെ നീന്തി.

"ഈ പ്രകൃതി എന്നവൾ പറയുന്നതിൽ ജീവിവർഗ്ഗങ്ങളും ഉൾപ്പെടില്ലേ..." എന്ന് മിൻമിനി മോളിയോട് പിറുപിറുത്തു.

പതിവുപോലെ വൈകുന്നേരം നേതാവും സുഹൃത്തുക്കളും മുൻമുറിയിലേക്ക് ഇരച്ചുകയറി.

ഇപ്പോൾ അവർ വീണ്ടും കൂടിയിരിക്കുന്നത് ആരെയോ ദ്രോഹിക്കു

വാൻ വേണ്ടിയാണ് എന്ന് ഡോളി മെല്ലെ പറഞ്ഞു. സെറ്റിയിൽ നാലാമത് ഇരിക്കുന്നത് കോടാലിയാണെന്ന് മീനുകൾ ശ്രദ്ധിച്ചു. കൊടും ക്രൂരനാണവൻ എന്ന് ഡോളി അടക്കം ചൊല്ലി. ചുവന്ന കണ്ണുകൾ ഉള്ള അയാൾ അലക്ഷ്യമായിട്ടാണ് എങ്കിലും ഇടയിൽ തന്റെ നോട്ടത്തെ മത്സ്യഭരണിയിലേക്ക് വീഴ്ത്തുന്നതുകണ്ട് മിൻമിനി ഭയന്നു. മറ്റുള്ളവരെല്ലാം പാദരക്ഷകൾ വെളിയിലിട്ട് അകത്തുകടന്നപ്പോൾ ഇട്ട ഷൂസുകൾ ഊരിമാറ്റാതെ അവയണിഞ്ഞ കാലുകൾ ടീപ്പോയിൽ കയറ്റിവച്ചാണ് അയാൾ ഇരിക്കുന്നത്.

ഒൻപതുമണിക്ക് മോള് വരും. അതിനുമുമ്പ് നമുക്ക് തീരുമാനം എടുക്കണം എന്നൊക്കെ നേതാവ് മറ്റുള്ളവരെ രണ്ടാം വട്ടവും ഓർമ്മിപ്പിച്ചു. അയാൾ പിരിമുറുക്കത്തോടെ മദ്യക്കുപ്പിയെടുത്ത് ഗ്ലാസുകളിൽ ഒഴിച്ചു.

ഇതിനുമുമ്പ് നമ്മൾ ചെയ്ത സാഹസങ്ങൾ പോലെയല്ല ഇത് എന്ന് അഗസ്തി പറഞ്ഞു. "ഒരു പാവം സാധാരണക്കാരനാണ് അയാൾ. അയാളെ കൈവെക്കണോ എന്ന് നമുക്ക് പലവട്ടം ചിന്തിക്കണം. ഇതിനുമുമ്പ് നമ്മൾ ചെയ്തതിനെല്ലാം തക്കതായ ഒരു കാരണം ഉണ്ടായിരുന്നു. ഇതിപ്പോൾ എടുത്തുപറയത്തക്ക കാരണങ്ങൾ ഒന്നുമില്ല."

"കാരണങ്ങൾ ഉണ്ടാക്കണം." അതുവരെ അധികം മിണ്ടാതെയിരുന്ന കോടാലി ഉറക്കെ പറഞ്ഞു. അവന്റെ ശബ്ദം കേട്ട് മുറി മുഴുവൻ കിടുങ്ങി. ഷൂസിട്ട കാലുതട്ടി ഒരു സ്ഫടികതംബ്ളർ ടീപ്പോയിൽനിന്ന് താഴേക്ക് ഉരുണ്ടു. അതിന്റെ മദ്യം പുരണ്ട കൂർത്ത ചില്ലുകൾ ഏതോ പ്രാചീനമായ യുദ്ധക്കളത്തിലെ വൈവിദ്ധ്യമാർന്ന അനവധി ആയുധങ്ങളെപ്പോലെ തറയിൽ നിരന്നു.

കോടാലി എഴുന്നേറ്റ് മുൻകതക് തുറന്ന് തിടുക്കത്തിൽ പുറത്തേക്കിറങ്ങി. കതക് വലിയ ശബ്ദത്തോടെ അടഞ്ഞു.

"സുബാബുസാറേ.. ഒരു ചൂല് കിട്ടിയിരുന്നെങ്കിൽ..." അഗസ്തി എഴുന്നേറ്റു.

കാഴ്ചകൾ നിരീക്ഷിച്ചുകൊണ്ട് മിൻമിനിയുടെ വലതുവശത്ത് നിന്നിരുന്ന ഡോളി 'എത്ര തൂത്തുവാരിയാലും ചില ആയുധങ്ങൾ തറയിൽ ഒളിഞ്ഞുകിടക്കും' എന്നും 'അത് അവരെ തരംപാർത്തിരുന്ന് ആക്രമിക്കും' എന്നും പ്രവചിച്ചു.

അവർ ചിക്കിച്ചികയുന്നത് തങ്ങളിൽ അലിഞ്ഞ ക്ഷോഭത്തെ ആളിക്കത്തിക്കുവാനുള്ള തീപ്പൊരികളാണ്. മദ്യം വെറുമൊരു ഉൽപ്രേരകം മാത്രം. കാലാകാലങ്ങളായി അടക്കിപ്പിടിച്ച വന്യതയുടെ ചില സ്ഫുലിംഗങ്ങൾ ഇങ്ങനെയുള്ള സന്ദർഭങ്ങളിൽ വെളിവാകുന്നതുമാവാം എന്ന് ആ മത്സ്യം അഭിപ്രായപ്പെട്ടു.

ആരോടാണ് അവർക്ക് ക്ഷോഭം എന്ന് മിൻമിനി സംശയിച്ചു.

മനുഷ്യനാണെങ്കിലും മത്സ്യമാണെങ്കിലും ആൺവർഗ്ഗം ക്ഷോഭിക്കുന്നതിന്റെ കാരണങ്ങൾ തേടിപ്പോകുന്നത് പെണ്ണിന് ഗുണം ചെയ്യില്ല എന്ന് ടോണി അറിയിച്ചു.

"അവന്റെയൊരു ആൺപക്ഷ ചിന്ത.." എന്നുപറഞ്ഞ് ഡോളി

അവനെ കൊത്തിയോടിച്ചു.

വാതിൽ തുറക്കുവാനുള്ള അപേക്ഷയുമായി മണി മുഴങ്ങി..

“ആരായിരിക്കും നേതാവേ? കോടാലി തിരികെ വന്നതാകുമോ?” മധുഗോപാൽ ചോദിച്ചു.

“സൂനജയും മോളും വരാറായോ.” സുബാബു ക്ലോക്കിൽ നോക്കി.

മറ്റുള്ളവർ കുപ്പികളും ഗ്ലാസുകളും തിടുക്കത്തിൽ പെറുക്കിമാറ്റി.

അയാൾ മറുപടി പറയാതെ വാതിൽ തുറന്നു. “സുബാബുസാറിന്റെ വീടല്ലേ?” എന്ന് ചോദിച്ചുറപ്പിച്ച് കോട്ടൺ സാരിയുടുത്ത ഒരു സ്ത്രീ കതക് തള്ളിത്തുറന്ന് ഉള്ളിലെത്തി. ആവശ്യത്തിന് മാത്രം വണ്ണിച്ച ശരീരമുള്ള അവർ സാരി വാരിച്ചുറ്റിയ മട്ടിലാണ്. തീ പാറുന്ന കണ്ണുകളോടെ അവൾ മദിച്ചിരുന്ന പുരുഷന്മാരെ മാറിമാറി നോക്കി.

“എടാ പീറപ്പട്ടികളേ... നിങ്ങൾക്കെന്നെ മനസ്സിലായോ? നിങ്ങൾ ബലമായി തുണി വലിച്ചൂരി എന്നെ പോസ്റ്റിൽ കെട്ടിയിട്ടില്ലേ പന്നികളേ..” എന്നുതുടങ്ങി മുഴുത്ത തെറികൾ അവൾ ചൊരിഞ്ഞു. നിർത്തെടീ എന്നു പറഞ്ഞ് പുരുഷന്മാർ അവടെ നേരെ ചാടിവീണിട്ടും അവൾ നിർത്തിയില്ല.

ഒരാൾ അവളുടെ കരണത്തിട്ട് കൈ വീശിയടിച്ചു. എന്നിട്ടും അവൾ നിർത്തിയില്ല.

അവളെ പിടിച്ച് പുറത്താക്കുവാൻ ആരോ ആക്രോശിച്ചു. അവൾ തുടർന്നതേയുള്ളു.

അവരിൽനിന്ന് തെന്നിമാറിയ യുവതി തന്റെ വസ്ത്രങ്ങൾ ഒന്നൊന്നായി ഉരിഞ്ഞെറിയാൻ തുടങ്ങി.

“ഇവളെന്താണ് ഈ കാണിക്കുന്നത്? ഇവക്ക് പ്രാന്താണ് എന്നു തോന്നുന്നു..” കണ്ണൻ വർക്കി വിളിച്ചുകൂവി. അയാൾ അവൾ ഉരിഞ്ഞെറിഞ്ഞ സാരിയെടുത്ത് അവളെ പുതപ്പിക്കുവാൻ ശ്രമിച്ചു. അയാളുടെ മുഖത്ത് തുപ്പിയിട്ട് അവൾ അടിപ്പാവാടയും ഊരിയിട്ടു.

അന്തിച്ചുനിന്ന സുബാബു വെപ്രാളത്തോടെ അവളുരിഞ്ഞ പാവാടയെടുത്ത് അവൾക്കു നേരെ നീട്ടി. പക്ഷേ, അതിനകം അവൾ പൂർണ്ണമായും വിവസ്ത്രയായി. തെറിവിളിയും തുടർന്നു. ഇരുനിറമുള്ള ഒരു കൽവിഗ്രഹം പോലെ അവൾ മുറിയുടെ മദ്ധ്യത്തിൽ നിന്നു.

“കാണെടാ.. കാണ്.. പെണ്ണിന്റെ പച്ചയൊടല് കൺനിറയെക്കാണ്. എന്നിട്ട് നിന്റെയൊക്കെ കഴപ്പുതീർക്ക്.. ഇന്ന് ഞാനിവിടുന്ന് പോകില്ല. ഇനിയും വിളിക്ക് നിന്റെ കൂട്ടുകാരെ.. വീട്ടുകാരും വരട്ടെ.. ഈ ചുറ്റുവട്ടത്തുള്ള എല്ലാരും കാണട്ടെ..”

വീണ്ടും സുബാബു സാരിയെടുത്ത് എറിഞ്ഞ് അവളുടെ നഗ്നതയെ മൂടുവാൻ ശ്രമിച്ച് പരാജയപ്പെട്ടു. അവൾ ‘ചെകുത്താന്മാരുടെ ഒരു നേതാവ്... ഫൂ...’ എന്നുപറഞ്ഞ് തുപ്പിയത് അയാളുടെ മുഖത്ത് കൃത്യമായി വീണു.

“നീയൊക്കെ ഉണ്ടാക്കുന്ന നിയമങ്ങൾ എനിക്ക് പുല്ലാണെടാ.. എനിക്ക് ഇഷ്ടമുള്ളത് ഞാൻ തിന്നും. ഇഷ്ടമുള്ള മൃഗത്തിന്റെ മാംസം കഴിക്കും. ഇഷ്ടമുള്ളവർക്കൊക്കെ തുണിയഴിച്ച് കിടന്നു കൊടുക്കും. നിന്റെ നിയ

മങ്ങളുമായി എനിക്കുമുന്നിൽ വന്നാൽ ഞാൻ ചൂലെടുത്ത് അടിക്കും."

ആ സ്ത്രീ വീണ്ടും സുബാബുവിന് നേരെ തിരിഞ്ഞു. ഒരു കാട്ടുമൃഗ ത്തിനു മുന്നിൽ പെട്ടുപോയതു പോലെ അയാൾ പതറുന്നത് ഡോളി കണ്ടു.

പിന്നെ അയാൾ സെറ്റിയിലേക്ക് ഇരുന്നു.. മുറിയുടെ മീതെ തൂങ്ങിക്കിടന്ന് ചുറ്റിത്തിരിയുന്ന യന്ത്രവിശറി അതിന്റെ പരമാവധി വേഗ ത്തിൽ കറങ്ങിയിട്ടും താഴെ ഇരുന്നവർ വിയർത്തു. ഇപ്പോൾ ആ മുറി മുറിവേറ്റ മൃഗങ്ങളുടെ താവളം പോലെയുണ്ടെന്ന് മോളി പറഞ്ഞു.

"പെങ്ങളെ.. ക്ഷമിക്ക്... ഇപ്പോ തുണിയുടുത്ത് ഇവിടെനിന്ന് പോക്... നമുക്ക് പിന്നീട് സംസാരിക്കാം.. ഇതൊന്നും ഞങ്ങൾ അറിഞ്ഞതല്ല. നിങ്ങളെ ആരോ തെറ്റിദ്ധരിപ്പിച്ചതാണ്.."

മുറിയുടെ നടുത്തളത്തിൽ രക്തം! കുപ്പിച്ചില്ലുകയറിയ കാലുമായി കണ്ണൻ വർക്കി മുടന്തി. "നാശം.." അയാൾ ഉറക്കെപ്പറഞ്ഞു.

"എന്റെ കാലിലും കയറി." എന്ന് അഗസ്തി.

ഇതിനകം സ്ത്രീയുടെ അടക്കിപ്പിടിച്ച നിലവിളി ഉയർന്നു. അത് കൂടുതൽ ഉയർന്നു കേൾക്കാതിരിക്കാൻ സുബാബു അവളുടെ വായ പൊത്തിയിരുന്നു. അവളുടെ നഗ്നദേഹം സുബാബുവിന്റെ ദേഹത്തേക്ക് വഴങ്ങിവീണു.

"പാവം പെണ്ണ്. ആ ദ്രോഹി പ്രതിമകൊണ്ട് അവളെ അടിച്ചു വീഴ്ത്തി." ഡോളി തുടർന്നു- "കണ്ടോ അവർ ആ ദേഹത്ത് കഷ്ടപ്പെട്ട് തുണി ചുറ്റുന്നത്.. അഴിച്ചെടുക്കുന്നതിലും എത്രയോ ബുദ്ധിമുട്ടാണ് ഉടു പ്പിക്കുന്നത് എന്ന് അവർ ഇപ്പോൾ അറിയുന്നുണ്ട്."

അവർ അവളെ ചുമന്ന് തിടുക്കത്തിൽ പുറത്തേക്ക് കൊണ്ടുപോയി. മുറിയിൽ ചിതറിക്കിടന്ന നഗ്നമായ ഉതിർച്ചകളും ചോരപ്പാടുകളും ചീളു കളും പെറുക്കിമാറ്റുവാൻവേണ്ടി സുബാബു ശ്രമം തുടങ്ങി.

"അവർ എല്ലാവരും പോയോ ?" മോളി തിരക്കി.

"ഉവ്വ്. കൂർത്ത ചില്ലുകൾ ബാക്കി കിടപ്പുണ്ട്. ചോരപ്പാടുകൾ ഉണ്ട്. കുറച്ച് ആക്രോശങ്ങളും നിലവിളികളും തങ്ങിനില്പുണ്ട്."

മുറിയിൽ കടന്നെത്തിയ ശലഭം ഭ്രാന്തമായി തലങ്ങും വിലങ്ങും പറന്നു.

"ശലഭം വീണ്ടും എത്തി. ഇത്തവണ അതിന്റെ ചലനങ്ങൾ കൂടുതൽ വികലമാണ്." ഡോളി നിരീക്ഷിച്ചു.

"അത് ചില്ലുപാളിയിൽ ചെന്നിരുന്ന് ഇഴയുകയാണ്. ചിറകുകൾ ഇപ്പോൾ അതിനൊരു ഭാരമായിട്ടുണ്ട്." മിൻമിനി.

"കുറേക്കാലം പ്രകൃതിയിൽ അലഞ്ഞു പറന്ന ശലഭത്തിന് തിരികെ കൊക്കൂണിലേക്കും പുഴുജീവിതത്തിലേക്കും മടങ്ങുവാനുള്ള വെമ്പലു ണ്ടാകും. അല്ലേ ?"

മൂന്ന് മീനുകളും മോളിയെ നോക്കി.

"എന്റെ ചിറകുകൾക്ക് വലുപ്പം വന്നത് കണ്ടോ കൂട്ടുകാരേ.. ഒരു നാൾ ഞാൻ വെള്ളത്തിൽനിന്ന് പറന്നുയരും. ഇത്രകാലം മീനുകൾക്ക് അപ്രാപ്യമായിരുന്ന ഉയരങ്ങളിലേക്ക് ഞാൻ പറന്നെത്തും. എന്നിട്ട്

ആകാശത്തിലെ പക്ഷികളുമായി ഞാൻ മത്സരിക്കും."

എട്ട്

ഗവേഷകൻ കടന്നുവന്ന വഴിയിലുള്ള സർവ്വ പ്രാണികളും ആർത്തലച്ചുകൊണ്ടിരിക്കുന്നത് ടോണി സങ്കല്പിച്ചു. അവർ അയാളോട് കയർക്കുന്നുണ്ടാവണം. അവർ അയാളെ പരിഹസിക്കുന്നുണ്ടാവണം. പുച്ഛിക്കുന്നുണ്ടാവണം.

"നമ്മുടെ ഈ രാഷ്ട്രത്തിന്റെ നിലനില്പിനായി ഭാഷയുടെ രഹസ്യങ്ങൾ സൂക്ഷിക്കേണ്ടതുണ്ട്. അത് കൈമോശം വന്നാൽ നമ്മുടെ രാഷ്ട്രത്തെ ശിഥിലമാക്കുവാൻ മറ്റുള്ളവർക്ക് എളുപ്പം സാധിക്കും."

ഡോളി പറഞ്ഞ ആശയം മനസ്സിലാകാതെ മിൻമിനി കുഴഞ്ഞു. അവൾ പറഞ്ഞു- "ഗവേഷകൻ നമ്മുടെ യാതൊരു സഹായങ്ങളും തേടാതെ അയാളുടെ സ്വന്തമായ നിലയ്ക്കാണല്ലോ പഠനങ്ങൾ നടത്തുന്നത്.."

"എങ്കിലും നമുക്ക് ബോധപൂർവ്വം അയാളെ കളിപ്പിക്കുവാൻ കഴിയണം. അതിനുള്ള മാർഗ്ഗങ്ങൾ കണ്ടെത്തണം."

ഗവേഷകന്റെ മുഖം കൂടുതൽ പ്രസന്നമായിരുന്നു.

"ഓക്ക്ലാൻഡ് യൂണിവേഴ്സിറ്റിയിലെ എന്റെ സുഹൃത്ത് മത്സ്യങ്ങളുടെ സംസാരത്തെക്കുറിച്ച് വളരെയധികം ഗവേഷണം നടത്തിക്കഴിഞ്ഞു സുബാബുജീ.. ഇണ ചേരുവാനും ആപത്തിനെക്കുറിച്ചുള്ള മുന്നറിയിപ്പുകൾ നല്കാനും മാത്രമല്ല പരസ്പരം വിശേഷങ്ങൾ കൈമാറുവാനും കഥകൾ പറയുവാനും മത്സ്യങ്ങൾക്ക് കഴിയുന്നുണ്ട് എന്ന് തെളിയിക്കുന്നതാണ് ആ പഠനങ്ങൾ. അതിന്റെ അടിസ്ഥാനത്തിലാണ് എന്റെ ഗവേഷണങ്ങൾ മുന്നേറുന്നത്. ഇത്തവണ ഞാൻ ഒരു തകർപ്പൻ വാർത്ത നിങ്ങൾക്ക് നല്കും.."

സുബാബു വലിയ താല്പര്യമില്ലാതെ ഇരുന്നു. ഇനി ഒറ്റപ്പൈസ ആ ഇനത്തിൽ ഗവേഷകന് സംഭാവന ചെയ്യില്ല എന്ന് അയാൾ നിശ്ശബ്ദമായി പറയുന്നുണ്ട് എന്ന് ഡോളിക്ക് മുഖഭാവത്തിൽനിന്ന് തോന്നി.

"ശബ്ദങ്ങൾ പുറപ്പെടുവിച്ചുള്ള ആശയ വിനിമയം കൂടാതെ മണം, രാസത്വരിതങ്ങൾ പുറപ്പെടുവിച്ചുള്ള ആശയവിനിമയം, സ്പർശനങ്ങൾ, ചലനങ്ങൾ, ശരീരാവയവങ്ങളുടെ വ്യത്യസ്തമായ നിലകൾ, കണ്ണിന്റെ ചിലപ്പോൾ മുഖത്തിന്റെ തന്നെ എക്സ്പ്രഷൻസ് തുടങ്ങി നിരവധി മേഖലകൾ പഠന വിധേയമാക്കിയിട്ടുണ്ട് സുബാബുജീ..."

നേതാവിന്റെ മുഖം ഇപ്പോഴും തെളിഞ്ഞില്ല.

"മൃഗങ്ങൾക്ക് ഗ്രാമർ ഉണ്ട്. ഓരോ മൃഗസമൂഹത്തിനും വ്യത്യസ്തമായ ഒരു ഗ്രാമർ സിസ്റ്റമുണ്ട് എന്ന് ഞാൻ തെളിയിക്കുവാൻ പോകുന്നു. ചിലപ്പോൾ ഒരു നോബൽ പുരസ്കാരം തന്നെ ഒത്തുകിട്ടുവാനുള്ള സാദ്ധ്യത ഉണ്ട് എന്റെ കണ്ടുപിടുത്തങ്ങൾക്കും പഠനങ്ങൾക്കും."

പുരസ്കാരമെന്ന പദം കേട്ടപ്പോൾ സുബാബുവിലെ നേതാവ് ദിലീപനെ ശ്രദ്ധിച്ചു.

"അങ്ങനെ നമുക്കൊക്കെ കിട്ടുമോ ഈ നോബൽ സമ്മാനമൊക്കെ?" നേതാവിന് സംശയം.

"എത്രയോ ഇന്ത്യക്കാർ വാങ്ങിയിരിക്കുന്നു... അതൊക്കെ നന്നായി ശ്രമിച്ചാൽ കിട്ടുമെന്നേ... എത്രയാന്നോ സമ്മാനത്തുക ? അഞ്ചാറു കോടി വരും."

ആ തുകയുടെ വലുപ്പത്തിൽ നേതാവിന്റെ കണ്ണ് ചെറുതായി പ്രകാശിച്ചു.

കുറച്ചുകഴിഞ്ഞ് സുബാബു മുഖം ഒരുങ്ങി സുമുഖനായി പുറത്തേക്കിറങ്ങിയപ്പോൾ സൂനജ ഒരു മുറിയുടെ പാതി തുറന്ന വിടവിലൂടെ ആ കാഴ്ച നോക്കി നിന്നു. അയാൾ വലിച്ചടച്ച കതക് സൂനജയ്ക്ക് അല്പ സമയത്തിനുള്ളിൽ തുറക്കേണ്ടി വന്നു. എണ്ണമയമില്ലാത്ത മുടി പറത്തി മകൾ കയറി വന്നു.

"സമയേ... എവിടെയാരുന്നെടീ നീ. നിനക്ക് ഇന്ന് ക്ലാസില്ലായിരുന്നല്ലോ ?"

"മമ്മീ... ഞാൻ അത്ര കൊച്ചു കുട്ടിയൊന്നും അല്ല.. എന്നോട് ഇത്തരം ചോദ്യങ്ങൾ ഒന്നും വേണ്ട എന്ന് ഞാൻ പലവട്ടം പറഞ്ഞിട്ടുണ്ട്.."

ആ സ്ത്രീയുടെ മുഖത്ത് കോപം ഇരച്ചുകയറുന്നത് ടോണി കണ്ടു. മകൾ അമ്മയെ അവഗണിച്ചുകൊണ്ട് ഉൾമുറിയിലേക്ക് കടന്നുപോയി.

പുത്തൻ തലമുറയുടെ വേഗത്തിന് മുന്നിൽ പഴയ തലമുറ തോല്ക്കുന്നത് മനുഷ്യർ മാത്രം അനുഭവിക്കുന്ന ദുര്യോഗമാണെന്ന് ഡോളി മിൻമിനിയോട് പറഞ്ഞു. മറ്റു ജീവികൾ തലമുറകൾ എത്ര പിന്നിട്ടാലും ഒരേ വേഗത്തിലാണ് ജീവിക്കുന്നത്.

സൂനജ പുറത്തേക്ക് പോകുവാനുള്ള വേഷത്തിൽ എത്തി. അവൾ ഒരുക്കങ്ങളോടെ കൂടുതൽ വശ്യതയാർന്നു എന്ന് ടോണി പിറുപിറുത്തു. രണ്ടു വലിയ ബാഗുകളുമായി അവൾ പുറത്തേക്കിറങ്ങുവാൻ തുടങ്ങി.

മകളോട് അവൾ എന്തോ പറയുവാൻ ശ്രമിച്ചു. അവൾ മാതാവിനെ പൂർണ്ണമായി അവഗണിച്ച് ഫോണെടുത്ത് കൈയിൽ പിടിച്ച് ജാലകത്തിൽ മുഖം തിരിഞ്ഞു നിന്നു. കോപം പ്രകടിപ്പിക്കുവാൻ സമയം ഇല്ലാത്തതിനാൽ ആവണം സൂനജ അവളെ ഉപേക്ഷിച്ച് വാതിൽ പുറത്തിറങ്ങി കള്ളിയടച്ചത്.

സമയ തന്റെ സെൽഫോൺ ചെവിയോട് ചേർത്തുപിടിച്ച്, ക്ഷമ കെട്ട് മുറിയുടെ അത്ര വിശാലമല്ലാത്ത തലങ്ങളിൽ തലങ്ങനെയും വിലങ്ങനെയും നടക്കുകയാണ്. മിൻമിനി അവളുടെ ചലനങ്ങൾ ശ്രദ്ധിച്ചുകൊണ്ടിരുന്നു. ആ ചെറിയ യന്ത്രത്തിൽനിന്നും അവൾ ശ്രവിക്കുവാൻ കാത്തിരിക്കുന്ന വചനങ്ങൾ എന്തായിരിക്കും എന്നോർത്ത് കൗതുകം പൂണ്ടുനില്ക്കെ സമയ ഒരു അലർച്ചയോടെ സെൽഫോൺ എറിഞ്ഞു. സെറ്റിയുടെ കീഴിൽ കിടന്ന് ഉറക്കം പിടിച്ച മാർജ്ജാരൻ ഞെട്ടിയെഴുന്നേറ്റ് ഓടി. സെൽഫോൺ തറയിൽ വീണ് പരിക്കുകൾ പറ്റാതെ രക്ഷപ്പെട്ടു.

ദേഷ്യം വന്നാൽ സമയമോൾ ഇങ്ങനെയാണെന്നും അത് അവരുടെ പ്രായത്തിന്റെ പ്രശ്നമാണ് എന്നും പറഞ്ഞ് മിൻമിനി പിന്തിരിയവെ ഡോളി അവളെ തടഞ്ഞു.

"കാത്തിരിക്കൂ... അവൾ പ്രതീക്ഷിച്ച ആരുടെയോ ശബ്ദം കേൾക്കുവാൻ കഴിഞ്ഞില്ല എന്ന നിരാശയാണല്ലോ അവളെ കുപിതയാക്കിയത്. അത് പെണ്ണിന്റെ പ്രായത്തിന്റെ പരാധീനതയാണോ എന്ന് നമുക്ക് വിശകലനം ചെയ്യാം. അതിനിടെ അവൾക്ക് പ്രതീക്ഷിച്ച വിളി വരും. അവളുടെ കോപം അലിയും."

സമയ താഴെ വീണുകിടന്ന സെൽഫോൺ എടുക്കാതെ സെറ്റിയിൽ ഇരുന്നു. സെറ്റി ഒന്ന് കുറുകിക്കരഞ്ഞ് അവളെ സ്വീകരിച്ചു. അവളുടെ നോട്ടം ജാലകങ്ങളിൽ തിരശ്ശീലകൾ മാറിക്കിടന്ന് ഉണ്ടായ വിടവിൽ കാണുന്ന ആകാശത്തിലായിരിക്കാം. ആകാശം ഒരുപക്ഷേ, കാറുകൊണ്ട് ഇരുണ്ടിട്ടുണ്ടാവും. അടുത്തെപ്പോഴോ പെയ്യുവാനുള്ള മഴയുടെ വരവറിയിച്ച് എവിടെയോ വലിയ കുടുക്കമുണ്ടായി. സമയ എഴുന്നേറ്റ് ഓടിച്ചെന്ന് ജാലകത്തിലൂടെ വെളിയിലേക്ക് നോക്കി.

എന്തെല്ലാമായിരിക്കും അവൾ കാണുന്ന പുറംകാഴ്ചകൾ എന്ന് മിൻമിനി സ്വയം ചോദിച്ചു. ആ ജാലകംവരെ ചെന്ന് പുറത്തേക്ക് നോക്കുവാൻ അവൾ ഇടയിലൊക്കെ കൊതിച്ചിരുന്നു. ടോണി അപ്പോഴൊക്കെ അവളെ പരിഹസിച്ചിരുന്നു.

ജലജീവിതം വിധിക്കപ്പെട്ട ജീവികളുടെ സ്വപ്നങ്ങളെക്കുറിച്ചാണ് അവൻ പരിഹസിച്ചത്. കുറഞ്ഞ പക്ഷം ഒരു പൊട്ടക്കുളത്തിലോ ചെറുതോട്ടിലോ കിടന്നിരുന്നെങ്കിൽ ഏതെങ്കിലും ജലപ്പക്ഷിയുടെ കൊക്കിൽ അകപ്പെടുംവരെ ആ ആകാശത്തെ കാണാമായിരുന്നു എന്ന് മിൻമിനി അരികത്തുനിന്ന് കുണ്ഠിതപ്പെട്ടു. ജൈവതയിൽ അലിഞ്ഞുകിടക്കുന്ന ജലാശയത്തിന്റെ മേൽത്തട്ടിൽ നീന്തി, മൂടിക്കെട്ടിക്കിടന്ന ആകാശത്തേക്ക് നോക്കി മീനുകൾ ആവേശം കൊള്ളാറുണ്ടെന്ന് ഡോളിയാണ് അവളോട് ഇടയ്ക്കിടെ പറയാറുള്ളത്. ആകാശവും മേഘക്കീറുകളും കാറ്റും സൂര്യവെളിച്ചവുമൊക്കെ വിവരിച്ചു കൊടുക്കുമ്പോൾ മോളി സ്വപ്നാടനം ചെയ്യാറുണ്ട്. ഓറഞ്ചുനിറമുള്ള ആകാശവും സംഗീതം പൊഴിക്കുന്ന കാറ്റും ഒഴുകുന്ന വൻകരകളും അവൾ അങ്ങനെ സങ്കല്പിച്ചു കൂട്ടും.

ജാലകക്കാഴ്ചകൾ മതിയാക്കി സമയ വീണ്ടും മുറിയുടെ നടുവിലെത്തി. നിലത്തുകിടന്ന സെൽഫോൺ വിറച്ചു. അവൾ ആവേശത്തോടെ അത് എടുത്ത് ചെകിടിൽ ചേർത്തുപിടിച്ചു.

"എടാ... നീ ഇന്ന് വരുവോ?" അവൾ ഉറക്കെച്ചോദിച്ചു. "മമ്മി ഇറങ്ങി. മൂന്ന് ദിവസങ്ങൾ ഇവിടെ ഒണ്ടാവില്ല. ദൂരെയെവിടെയോ പോയിരിക്കുന്നു. ഡാഡി ഡൽഹിയിൽ പൊളിറ്റിക്കൽ ടൂറിലാണ്. ഹോംനഴ്സ് വൈകിട്ട് വീട്ടിൽ പോകും. അപ്പാപ്പൻ ഫുൾടൈം കെടപ്പാണെന്ന് ഞാൻ പറഞ്ഞിട്ടൊണ്ടല്ലോ.. അയാം എലോൺ ഹിയർ. നീ ഫിസിക്സ് നോട്ട്സ് കൊണ്ടുവാ.. എനിക്ക് ഒരുപാട് സംശയങ്ങൾ ഒണ്ട്. ഒക്കെ തീർക്കണം." അവൾ പറഞ്ഞുകൊണ്ടേയിരുന്നു.

കുറച്ചുകഴിഞ്ഞപ്പോൾ കതകിന് പുറത്ത് ആരോ വന്നു എന്ന മണിനാദം കേട്ടു. ഉള്ളിലേതോ മുറിയിൽ ആയിരുന്ന സമയ ഓടിവന്നു.

വെളുത്ത് തടിച്ച ഒരു പതിനേഴ് വയസ്സുകാരൻ ആയിരുന്നു അത്. അവന് അതിലും വളരെ കുറച്ചേ പ്രായം തോന്നൂ എന്ന് മിൻമിനി പ്രസ്താവിച്ചു. സാഹിൽ എന്നായിരുന്നു അവന്റെ പേര്.

സമയ അവനെ കൈക്ക് പിടിച്ച് സെറ്റിയിൽ ഇരുത്തി. അവളുടെ കണ്ണുകളിൽ ഏറെ വിചിത്രമായ ചില വികാരങ്ങൾ വെട്ടിത്തിളങ്ങി. അവൾക്ക് എങ്ങനെ തുടങ്ങണം എന്ന് പിടിയില്ല. എന്ത് പറയണം എന്ന് അറിയില്ല.

അതിനിടെ അവനാണ് ആ രസംകൊല്ലി വാചകം എടുത്തണിഞ്ഞത്..

"സമയ.. യൂ ടോൾഡ്.. യൂ ഹാവ് സം ഡൗട്ട്സ് ഇൻ ഫിസിക്സ്.." അവൻ ബാഗിൽനിന്ന് പുസ്തകത്തിന്റെ പ്രസവം എടുക്കുവാൻ തുടങ്ങുകയാണ്.

സമയ എന്തോ അരുതാത്തത് കേട്ടതുപോലെ ബുദ്ധിമുട്ടി.

"ഹേയ് ബുദ്ദൂസ്.. ഡൗട്ട് ക്ലിയർ ചെയ്യുവാനാണോ നിന്റെ ഭാവം.." അവൾക്ക് ചിരിയും കരച്ചിലും ഒരുമിച്ച് വന്നു. "നിനക്ക് വീട്ടിൽ പറയുവാൻ ഒരു റീസൺ വേണമല്ലോ. ഫോർ ദാറ്റ് ഐ ടോൾഡ് എബൗട്ട് ഫിസിക്സ്.."

"ബട്ട്... ഞാൻ..."

ആ കുട്ടിക്ക് പ്രായത്തിന്റെ ആനുകൂല്യങ്ങൾ കിട്ടുന്നില്ല എന്ന് മിൻമിനി പരിതപിച്ചു.

വാതകക്കുഴലിന്റെ അരികിലായിരുന്നു ഡോളി. മിൻമിനിയുടെ പരിദേവനം കേട്ട് അവൾ ചില്ലുഭിത്തിയുടെ അരികിലേക്ക് തുഴഞ്ഞു.. "മിൻമിനീ... ഈ മനുഷ്യർ മുതിർന്ന കുട്ടികളായിത്തന്നെ എന്നും ജീവിക്കുന്നു. ചെറുപ്പം തുടങ്ങിക്കഴിഞ്ഞാൽ അവർക്ക് കാര്യമായി വളർച്ച സംഭവിക്കുന്നില്ല. അവരുടെ മനോവളർച്ച അവിടെ എവിടെയോ വച്ച് മുരടിച്ചു പോകുന്നു." എന്ന് അവൾ പറഞ്ഞു.

ആൺകുട്ടി കുഴങ്ങിയ മനസ്സോടെ തന്റെ ഊർജ്ജതന്ത്ര പുസ്തകത്തെ അവിടെയിട്ടു. അവൻ അതിനുള്ളിലെ അറിവുകളെ അവൾക്ക് മുന്നിൽ നിരത്തുവാൻ വളരെയേറെ ആശിച്ചു എന്നത് വ്യക്തം. ചിട്ടയോടെ വളർത്തപ്പെട്ട ഒരു കുട്ടിയാവും അത് എന്ന് ഡോളി മനസ്സിൽ കണക്കുകൂട്ടി. അവന്റെ പിതാവ് എല്ലാ ദിവസങ്ങളിലും വൈകിട്ട് തൊഴിൽസ്ഥലത്തുനിന്ന് മടങ്ങിവരുമ്പോൾ അന്നന്ന് പഠിക്കുവാനുള്ള പാഠഭാഗങ്ങളെക്കുറിച്ച് അന്വേഷിക്കുന്നുണ്ടാവണം. മാതാവും അവന്റെ പഠനത്തെ ഏതെങ്കിലും തരത്തിൽ ഹനിക്കുവാൻ ഇടയുള്ള കാരണങ്ങളെ തേടിപ്പിടിച്ച് ഇല്ലാതാക്കുന്നതിൽ സദാസമയവും വ്യാപൃതയായിരിക്കും. അതിനാൽ അവർ വീടിനുള്ളിൽ മെല്ലെയാവും സംസാരിക്കുക. സഹോദരങ്ങളോ മറ്റാരെങ്കിലുമോ ഉണ്ടെങ്കിൽ അവരോടും 'സാഹിൽ പതിനൊന്നിലെത്തി. ആരും അവനെ ഒരുതരത്തിലും ശല്യപ്പെടുത്തരുത്' എന്ന് നിഷ്കർഷിക്കുമെന്ന് അവൾ ഉറപ്പിച്ചു.

"മാതാപിതാക്കളുടെ ചിട്ടകൾ സാഹിലിനെ ഒരു നല്ല പഠിതാവാക്കി രൂപവല്ക്കരിച്ചു വരികയാണ്. അതിനിടയിലാവണം സമയ അവനെ മോഹിച്ച് കൂട്ടുകാരനാക്കിയത്. അവൾക്ക് അവനെ ഇഷ്ടമാണ്. പതി

നേഴുവയസ്സിന്റെ ഇഷ്ടം." ഡോളി പറഞ്ഞു.

"അപ്പോൾ അവന്റെ ശ്രദ്ധ പഠനകാര്യങ്ങളിൽനിന്ന് മാറിപ്പോകുമോ?" മോളി സംശയിച്ചു.

"പഠിക്കുക എന്നത് മനുഷ്യനിർമ്മിതമായ കല്പനയാണ്. നമ്മളെപോലുള്ള ജീവവർഗ്ഗങ്ങൾ നമുക്ക് വേണ്ട പാഠങ്ങളുമായി ജന്മം കൊള്ളുന്നു. എന്നാൽ അവന് അത്തരത്തിലുള്ള ജന്മവാസനകളിൽ വിശ്വാസമില്ല. അവൻ നിർമ്മിച്ചെടുത്ത ലോകക്രമങ്ങളിൽ പഠനം, പരീക്ഷ, തൊഴിൽ എന്നിവയൊക്കെ അവന്റെ ജീവിതത്തിൽ സ്വാധീനം ചെലുത്താവുന്ന തരത്തിൽ സ്ഥാനം നേടിക്കഴിഞ്ഞു. പക്ഷേ, സമയ പ്രേരിപ്പിക്കുന്നത് അവളിൽ പ്രകൃതി രൂപപ്പെടുത്തിയ ജീവശാസ്ത്രപരമായ ചില ചേതനകളുടെ പിൻബലത്തിലാണ്. മനുഷ്യന്റെ ശാസ്ത്രമാനങ്ങൾ പ്രകൃതിയുടെ ഒളിപ്പിച്ചുവച്ച പച്ചയായ ജന്മവാസനകൾക്ക് മുന്നിൽ പരാജയം അടയാനാണ് സാദ്ധ്യത."

മുറിയുടെ മുൻവാതിലിന്റെ കൊളുത്ത് ഒരുവട്ടം കൂടി ശരിക്ക് ഇട്ടുവോ എന്ന് സമയ അതിനകം പരിശോധിച്ചു. അവൾ വീണ്ടും സാഹിലിന് അടുക്കൽ ചെന്ന് ഇരുന്നു. അവൻ അസ്വസ്ഥതയോടെ എഴുന്നേറ്റു.

"സാഹിൽ ഇവിടെയിരിക്കൂ.." ആജ്ഞ അവൻ അനുസരിച്ചു. മുറിയിൽ കാലങ്ങളോളം തണുത്തുറഞ്ഞു കിടന്ന ഒരു യോഗശക്തിക്ക് ഉണർവ്വ് വന്നുവെന്ന് ഡോളിമത്സ്യം അതിശയപ്പെട്ടു. അവൾ നിരീക്ഷണം അവസാനിപ്പിച്ചുകൊണ്ട് വെള്ളത്തിന്റെ ചില അപ്രസന്നമായ ഇടങ്ങളിലേക്ക് നീന്തിപ്പോയി.

സാഹിലിന്റെ ഫോൺ ശബ്ദിച്ചു. അവൻ പിരിമുറുക്കത്തോടെ അത് എടുത്തു.

"യെസ് മമ്മീ.. ഫിസിക്സിന്റെ ചില പോർഷൻസ്...ഇവിടെ... ഇവിടെ സമയയുണ്ട്... പിന്നെ... പിന്നെ..." അവൻ ഫോണിലൂടെ വിക്കി. ആ വീട്ടിൽ ആരൊക്കെയുണ്ട് എന്നാവണം അവന്റെ മമ്മിയുടെ ചോദ്യം എന്ന് മിൻമിനി ഊഹിച്ചു. അവൾ കൗതുകത്തോടെ സാഹിലിന്റെ മുഖത്ത് വിരിയുന്ന വിവിധഭാവങ്ങളെ നിരീക്ഷിക്കുകയാണ്. "ഇവിടെ എന്റെ ഗ്രാൻഡ്പ ഉണ്ടെന്ന് പറയൂ..." എന്ന് സമയ മെല്ലെ ആവർത്തിച്ചു. ഭാഗ്യത്തിന് സാഹിൽ അത് കേട്ടു.

അവന്റെ മമ്മി പിന്നെയും ഫോണിലൂടെ എന്തൊക്കെയോ പറയുന്നുണ്ട്. സമയ അപ്പോൾ തോന്നിയ കുസൃതിയോടെ അവന്റെ മറ്റേ കവിളിൽ അവളുടെ അതിമൃദുലമായ ചുണ്ടുകൾകൊണ്ട് സ്പർശിച്ചു.

പിരിമുറുക്കത്തോടെ സാഹിൽ അവളെ തള്ളിമാറ്റി മമ്മിയെ ഫോണിലൂടെ നേരിടുവാൻ ശ്രമിച്ച് പരാജയപ്പെട്ടു. അവൻ സെൽഫോൺ വച്ചിട്ട് അവളെ കോപത്തോടെ നോക്കി.

"സമയാ വാട്ടീസ് ദിസ്.. മമ്മി ഹാവ് സം ഡൗട്ട്സ്.. ഷീ ടോൾഡ് ടുകം ബാക്ക് ഹോം ക്യുക്കിലി."

"ലെറ്റ് ഹെർ ഫക്ക്..." സമയ ചീറി. അവളുടെ മുഖം ചുവന്നിരുന്നു.

“നോ.. ഐ വിൽ ബി ഗോയിങ് ബാക്ക് നൗ.. വിൽ കം അനദർ ഡേ..” അവൻ ബാഗുമെടുത്ത് വാതിലിന് നേർക്ക് ഓടി. അവൾ തടഞ്ഞില്ല. വാതിൽ അടഞ്ഞുകഴിഞ്ഞപ്പോൾ വീണ്ടും ആ മുറി സ്പന്ദനമറ്റ് കിടന്നു. സമയ സെറ്റിയിൽ മലർന്നുകിടന്ന് ‘ടിങ്കിൾ ടിങ്കിൾ ലിറ്റിൽ സ്റ്റാർ’ എന്ന നഴ്സറി റൈം ഉറക്കെപ്പാടി.

മനുഷ്യനിർമ്മിതമായ ശാസ്ത്രങ്ങളെല്ലാം ഇത്തരത്തിൽ രസം കൊല്ലികളാണ് എന്ന ആശയം ഡോളി പ്രകടിപ്പിച്ചത് അപ്പോഴാണ്. അവ പരസ്പര പൂരിതങ്ങൾ അല്ല. ഊർജ്ജ തന്ത്രം പഠിക്കുന്ന കുമാരന് ജീവ ശാസ്ത്രത്തിലെ അടിസ്ഥാന ബലതന്ത്രങ്ങളെക്കുറിച്ച് വിവരം ഉണ്ടാകുന്നില്ല. കുമാരിയുടെ ജീവശാസ്ത്രപരമായ ചോദനകളെ അവന് തിരിച്ചറിയുവാൻ പോലും കഴിഞ്ഞില്ല.

രാത്രി വന്നു.

രണ്ടു പകലുകൾക്കിടയിൽ അടങ്ങിക്കിടക്കുന്ന രാത്രിയായിരുന്നില്ല അത്. അസാധാരണമായ ആവേശത്തോടെ ആ പെൺകുട്ടി രാത്രിയുടെ നിഗൂഢമായ അടരുകളിലേക്ക് മുൻകതക് തുറന്ന് ഇറങ്ങിപ്പോയി.

ഒൻപത്

അടുത്ത ദിവസം സൂനജ തീർത്ഥാടനം കഴിഞ്ഞെത്തി. മൂന്നുദിവസത്തെ യാത്ര അവളെ നന്നായി ക്ഷീണിതയാക്കി എന്ന് ഡോളി നിരീക്ഷിച്ചു. തളർച്ചയോടെ ദിവാനിൽ ഇരുന്ന അവർ റാണിയോട് അമ്മായിയപ്പന്റെ രോഗവിവരങ്ങൾ വെറുതെ തിരക്കി. അവർക്ക് അത് അറിയുവാൻ കാര്യമായ താല്പര്യമൊന്നും ഇല്ല എന്ന് മുഖഭാവത്തിൽ നിന്ന് വ്യക്തമാണ്. സൂനജ കൂടുതലൊന്നും ചോദിക്കാതെ കണ്ണടച്ചപ്പോൾ വയസ്സൻ കിടക്കുന്ന ഉൾമുറിയിലേക്ക് റാണി മടങ്ങി.

മടങ്ങിയെത്തിയ വീട്ടമ്മയുടെ വിശേഷങ്ങൾ മോളി കൂട്ടുകാരോട് തിരക്കി. കഴിഞ്ഞ ദിവസങ്ങളിൽ വീട്ടുകാരെ കബളിപ്പിച്ച് വിഷയസുഖത്തിലേക്ക് ഉൾവലിഞ്ഞതിന്റെ ജാള്യതയാണോ അതോ ദേഹത്തിന്റെ തീയടക്കുവാനായി ബുദ്ധിപരമായി നേടിയെടുത്ത മാർഗ്ഗത്തിന്റെ വിജയത്തിൽ മതിമറന്ന അഭിമാനമാണോ അവളുടെ മുഖത്ത് എന്നാണ് മോളിക്ക് അറിയുവാനുള്ളത്.

“അവൾ ആ പാവം ഷിനോജിനെ വല്ലാതെ വലച്ചിട്ടുണ്ടാവണം. അയാൾ ഒരു ജാരനാണെങ്കിലും കാര്യഗൗരവമുള്ള ഒരു വീട്ടച്ഛനും കൂടിയായിരിക്കാം. അയാൾക്ക് വേറിട്ടുകിട്ടുന്ന വിഷയസുഖം എന്നതിൽ കവിഞ്ഞ് സൂനജയോട് അത്ര മമതയൊന്നും ഉള്ളിന്റെയുള്ളിൽ ഉണ്ടാവില്ല. എന്നിട്ടും വിധിപ്രകാരം അവളുടെ താളത്തിനൊത്ത് തുള്ളുകയാണ്” എന്ന് ടോണി പറഞ്ഞത് ഡോളി സമ്മതിച്ചില്ല.

“മനുഷ്യരുടെ ഇടയിൽ പെണ്ണ് എപ്പോഴും സഹിക്കുവാൻ വിധിക്കപ്പെട്ടവൾ ആണ്. പുരുഷൻ ആ മേല്ക്കോയ്മ എന്നും എന്തു വില

കൊടുത്തും നിലനിർത്തുവാൻ നോക്കും. ചിലപ്പോൾ അവൻ അടിതെറ്റി വീഴുന്നുണ്ട്. പക്ഷേ, അത് അവന്റെ അടവാണെന്ന് ഞാൻ പറയും. മനുഷ്യാവകാശങ്ങൾ എന്നത് വലിയ കള്ളത്തരമാണ്. സാമൂഹിക ശ്രേണീപരമായുള്ള വ്യത്യാസങ്ങൾപോലെ ബോധപൂർവ്വമായി ചില ശാരീരികമായ വ്യത്യാസങ്ങൾ മനുഷ്യർ പുലർത്തുന്നു. മറ്റെല്ലാ ജീവികളിലും കുട്ടികൾ ആൺ പെൺ വ്യത്യാസമില്ലാതെ വളർത്തപ്പെടുന്നു. മനുഷ്യർ അങ്ങനെയല്ല.. മനുഷ്യൻ പുലർത്തുന്ന അതിജീവനമാർഗ്ഗങ്ങൾ പോലും സത്യത്തിൽ സ്ത്രീവിരുദ്ധമാണ്..'' ഡോളി അഭിപ്രായപ്പെട്ടു.

റാണി തന്റെ ജോലികൾ ഒതുക്കി മുൻമുറിയിലെത്തി. വീട്ടമ്മ അകത്തുള്ളതിനാൽ ടെലിവിഷൻ പ്രവർത്തിപ്പിക്കുവാൻ അവൾക്ക് നിർവ്വാഹമില്ല. അവൾ മത്സ്യപ്പെട്ടിയുടെ അടുക്കൽ വന്ന് മുട്ടുകുത്തിയിരുന്നു. അവളുടെ മുഖത്തെ ചില പ്രയാസങ്ങളെ അടുത്ത് വായിച്ചുകൊണ്ട് മിൻമിനിയും ഡോളിയും ചില്ലുപാളിയുടെ മറുപുറത്ത് അനക്കമറ്റ് നിന്നു.

റാണി ചൂണ്ടുവിരൽകൊണ്ട് ചില്ലിൽ തട്ടി. മത്സ്യങ്ങൾ ഭയന്നില്ല. അനങ്ങിയതുമില്ല.

"ഏയ്.. മീനുകളേ.. നിങ്ങളിൽ ആണേത്? പെണ്ണേത്'' അവൾ മെല്ലെ ചോദിച്ചു. അവളെ വിവരങ്ങൾ പറഞ്ഞറിയിക്കുവാൻ തങ്ങൾക്ക് ആവില്ലല്ലോ എന്ന് മിൻമിനിയും ഡോളിയും വിഷമിച്ചു.

"നിങ്ങൾ മനുഷ്യരെപ്പോലെ സ്നേഹിക്കുകയും വഴക്കിടുകയും ചെയ്യുമോ? നിങ്ങൾ ആകാശത്തിലെ പറവകളെപ്പോലെ വിതയ്ക്കുന്നില്ല.. കൊയ്യുന്നുമില്ല..'' അവൾ വലതുകൈയിലെ മെലിഞ്ഞ വിരലുകൾ കൊണ്ട് ചില്ലിൽ തടവി.

"ഏയ് മീനുകളേ... പുറത്ത് കടൽ വല്ലാതെ ഇരമ്പുന്നുണ്ട്. ഞാൻ ഈ തടവിൽനിന്നും നിങ്ങളെ കടലിലേക്ക് മോചിപ്പിക്കട്ടെ?''

അവളുടെ മുഖത്ത് തണുത്തുകിടന്ന ഭാവം എന്തെന്ന് വായിക്കുവാനാവാതെ ഡോളി കുഴങ്ങി.

"അവൾക്ക് നമ്മളോട് എന്തോ ഒരു കഥ പറയുവാനുണ്ട്.'' ഡോളി ഉറപ്പില്ലാത്ത വണ്ണം പറഞ്ഞു. അവളുടെ ക്ഷീണമുള്ള കണ്ണുകളിൽ കെട്ടിക്കിടക്കുന്നത് ത്യാഗമോ സഹനമോ എന്തെന്ന് അറിയുവാൻ എന്നവണ്ണം ഡോളി തിരച്ചിൽ നടത്തി. ആ കണ്ണുകളിൽ കാലം കേടുകളെ അടയാളപ്പെടുത്തിയിരിക്കുന്നു എന്ന് ഒരു മത്സ്യത്തിന് അനുയോജ്യമല്ലാത്ത ചില ചിന്തകൾ ഉണ്ടാവുകയും ചെയ്തു. അത്തരം ചിന്തകൾ ഉണ്ടാക്കിയ സ്തോഭം ഉൾക്കൊള്ളുവാൻ കഴിയാത്തതിനാൽ മിൻമിനിയെ വിട്ട് അവൾ ജലപാളികളിലൂടെ തെന്നിത്തെറിച്ച് ഭ്രാന്തമായി നീന്തി.

"എന്താണ് സംഭവിക്കുന്നത്?'' മോളി അത്ര അനുയോജ്യമല്ലാത്ത ഒരു പരിസരമാണ് ചുറ്റുമെന്ന് തിരിച്ചറിഞ്ഞ് ചോദിച്ചു.

"ഡോളിക്ക് ഭ്രാന്തായിക്കാണും.. മനുഷ്യർക്കുണ്ടാകുന്നപോലെ ഒരുതരം ചിത്തഭ്രമം.''

"മിൻമിനീ.. നിനക്കില്ലേ ഭ്രാന്ത്.. അതോ അതും മനുഷ്യന്റെ മാത്രം

അവകാശമാണോ ?"

"ഇനി ജീവികളിലെ ഭ്രാന്തിനെക്കുറിച്ച് ഗവേഷണം ചെയ്യുവാൻ ഒരാൾ വരട്ടെ." മിൻമിനി പിറുപിറുത്തു.

കടലിരമ്പുന്ന സ്വരം കേട്ടുകൊണ്ടാവണം റാണി ജാലകത്തിനരികെ നിന്നത്. അവളുടെ ഒതുങ്ങിയ കവിളുകളിലും കടൽ ഇരമ്പുന്നത് കാണാം. ആശയമില്ലാത്ത ഒരു കുറിയ വാചകംപോലെ മുറിയിൽ തങ്ങിനിന്ന അവൾ നിനച്ചിരിക്കാതെ പെട്ടെന്ന് ഒരു ആശയം വീണുകിട്ടിയ മട്ടിൽ മുൻവാതിൽ തുറന്നിറങ്ങി.

റാണി പോയിട്ടും ഒരു ഭീമൻ അണക്കെട്ടു കണക്കെ തണുത്തുറഞ്ഞ ആ മുഖം ചില്ലുപാളികൾക്ക് അപ്പുറത്തുണ്ട് എന്ന് ഡോളിക്ക് തോന്നി. ശൂന്യമായ കണ്ണുകൾ ജലത്തിൽ കൊളുത്തിയിട്ട നിലയിൽനിന്നും അത് വികസിച്ച് മുറി മുഴുവൻ നിറയുന്നപോലെ ഒരു കാഴ്ച അവൾക്കുണ്ടായി.

മിൻമിനി വിശാലമായ പുറംലോകത്തിന്റെ വൻ സാദ്ധ്യതകളെ കുറിച്ച് ചിന്തിച്ചു. എത്ര ഒഴിവാക്കിയാലും അത്തരം ചിന്തകളിലേക്ക് സഞ്ചരിച്ചെത്തുന്നതിന്റെ അർത്ഥമെന്ത് എന്ന് അവൾക്ക് മനസ്സിലായില്ല.

"പുറത്ത് മഴ പെയ്യുന്നുണ്ട് എന്ന് തോന്നുന്നു."

"നമുക്ക് നഷ്ടപ്പെടുന്നവയുടെ കൂട്ടത്തിൽ മഴയുമുണ്ട്. ഉപരിതലത്തിൽ ആയിരക്കണക്കിന് ഇളക്കങ്ങൾ രൂപപ്പെടുത്തുന്ന മഴ പെയ്യുമ്പോൾ ജലാശയത്തിന്റെ ഉള്ളിൽ പുളകംകൊണ്ട് വഴുതിക്കളിക്കുന്ന സ്വപ്നങ്ങൾ നീ കണ്ടിട്ടുണ്ടോ?" മോളി ചോദ്യമെറിഞ്ഞു.

എല്ലാ ജീവികൾക്കും ജലം അനിവാര്യമായ ഒന്നാണ്. മരത്തിനും മൃഗത്തിനുമെല്ലാം മഴ വേണം. മഴ ഒരു മീനിനെ സംബന്ധിച്ചിടത്തോളം ജീവിതത്തിനെക്കുറിച്ചുള്ള ആശയാണ്. പെരുമഴക്കാലത്ത് പൊട്ടിയൊലിക്കുന്ന കുളങ്ങളിൽനിന്ന് മീനുകൾ ആവേശം പൂണ്ട് വെളിയിൽ ചാടുമത്രെ. കാലാകാലങ്ങളായി അതിരുകൾകൊണ്ട് തടഞ്ഞുനിർത്തപ്പെട്ട അവയുടെ ചില അരുതുകളെ ഭേദിക്കുവാൻ ലഭിക്കുന്ന ആ അവസരത്തെ വിനിയോഗിച്ച് അവർ പുതിയ ഇടങ്ങളിലേക്ക് വെളിസഞ്ചാരം ചെയ്യുന്നു എന്ന് ഡോളി പറഞ്ഞപ്പോൾ മിൻമിനി അത്ഭുതപ്പെട്ടു.

ഒരു പെട്ടിയിൽ തടവിൽ കിടക്കുന്ന മീനുകൾ മഴയെക്കുറിച്ച് സംസാരിക്കുന്നത് വിഡ്ഢിത്തമെന്ന് ടോണി പരിഹസിച്ചു.

ഡോളി അവനെ കൊത്തുവാൻ ആഞ്ഞു. അവൾക്ക് അപ്പോൾ സ്വതന്ത്ര ഭൂമികയെക്കുറിച്ച് പ്രസംഗിക്കുവാൻ വല്ലാതെ ഇഷ്ടം തോന്നി.

"സ്വതന്ത്രരായി ജീവിക്കുമ്പോൾ നമുക്ക് ചുറ്റിലും തീർക്കപ്പെടുന്ന നിരവധി ചലനങ്ങളെ, തരംഗങ്ങളെ നിരന്തരമായി ശരിയാംവണ്ണം വിശകലനം ചെയ്തുകൊണ്ടിരിക്കണം. അത് കുറച്ച് ബുദ്ധിമുട്ടുകൾ ഉണ്ടാക്കും."

ഡോളി അടർന്നുവീണ ചില്ലുപാളികളെ മൂടുന്ന മട്ടിൽ കര കവിഞ്ഞുവന്ന് ആ മുറി നിറയുന്ന ഒരു ജലാശയത്തെ സങ്കല്പിച്ചു.

"ജലാശയത്തിൽ നീന്തുന്ന മീനുകളെ കാത്ത് എവിടെയെങ്കിലും

ഒരു ജലപ്പക്ഷി ഇരിപ്പുണ്ടാവും. പുഴയ്ക്ക് ഇരുവശവുമുള്ള പൊന്തയിലോ മരച്ചില്ലയിലോ അത് അനങ്ങാതെ വെള്ളപ്പരപ്പിലേക്ക് കണ്ണും നട്ട് ഇരിപ്പുണ്ടാവും. അതിന്റെ ആഹാരമായി വിധിക്കപ്പെട്ട ഒരു മീൻ പൊന്തി വരുന്നത് നോക്കി ഒരു തപസ്സ്. ഏതു നിമിഷവും ഓളപ്പരപ്പിൽ ഒരു മത്സ്യത്തിന്റെ പിടപ്പ് അതിന്റെ കണ്ണിൽപ്പെടാം. പിന്നെ ഒരു കുതിപ്പാണ് കൂട്ടുകാരെ. ചിറകുകൾകൊണ്ട് വായുവിനെ പിന്നിലേക്ക് തള്ളി ആയത്തിൽ ഒരു വരവ്. പാവം മത്സ്യം. അത് ഒരു നിമിഷത്തെ ആകാശക്കാഴ്ചയിൽ മനം കുളിർത്ത് തിരികെ വെള്ളത്തിലേക്ക് ഉൾവലിയുന്നതിന് മുമ്പ് പക്ഷിയുടെ കൂർത്ത കാൽനഖങ്ങളോ ബലമുള്ള കൊക്കോ ലക്ഷ്യത്തിൽ എത്തിക്കഴിയും." അല്പം നിർത്തിയിട്ട് അവൾ തുടർന്നു– "അതോടെ ആ മത്സ്യത്തിന്റെ ജീവിതം കഴിഞ്ഞു എന്ന് കരുതല്ലേ.. പക്ഷിയുടെ ഉടലിൽ ആ മത്സ്യം പുനർജ്ജനിക്കുന്നു. അല്ലെങ്കിൽ ദഹിച്ച് ഉടലോട് ചേരുമ്പോൾ മത്സ്യവും പക്ഷിയും ഒന്നാകുന്നു. "

അവൾ നിർത്തിയിട്ട് ജലപ്പരപ്പിൽ വിശ്രമിക്കാനെന്ന മട്ടിൽ അനങ്ങാതെ നിന്നു. മുൻമുറിയിൽ നേതാവും സുഹൃത്തുക്കളും കടന്നെത്തി. അവർ തിടുക്കപ്പെട്ട് മദ്യപാനത്തിനുള്ള ഒരുക്കങ്ങൾ തുടങ്ങി. സ്ഥിരം സന്ദർശകരാണ് അവർ മിക്കവരും എന്ന് മിൻമിനി മോളിയോട് പറഞ്ഞു.

മനുഷ്യർ നേതാവിന്റെ വചനങ്ങളെ വിശ്വസിക്കുന്നത് എന്തുകൊണ്ടാവാം എന്ന് മോളി ചിന്തിച്ചു. അവൾ അതിനൊരു ഉത്തരം തരുവാൻ ആർക്ക് ആവും എന്ന് അന്വേഷിച്ചു.

"മനുഷ്യൻ കൊണ്ടാടുന്ന ഫാസിസത്തിൽ നേതാവിന് സ്ഥാനമുണ്ട്. നേതാക്കൾ ദേശീയതയുടെയും വംശീയതയുടെയും നിലപാടുകളുമായി ഉയർന്നുനില്ക്കുന്നു. അത്തരത്തിൽ ദേശീയവും വംശീയവുമായി ഉന്നതനാണെന്ന് മറ്റുള്ളവരെ തെറ്റിദ്ധരിപ്പിക്കുന്നവർ നേതാവാകും. അവരുടെ വചനങ്ങൾ മറ്റുള്ളവർ ശ്രദ്ധയോടെ കേൾക്കും. അവർക്കായി കൊലപാതകംവരെ ചെയ്യും."

അപ്പോൾ മുറിയിൽ നേതാവും കൂട്ടരും തിരക്കിട്ട ചർച്ചയായിരുന്നു. കടൽക്കരയോട് ചേർന്ന വലിയ ഒരു കോളനിയിലെ സാധുക്കളെ ഇരുളിന്റെ മറവിൽ ഒഴിപ്പിച്ച് നിർമ്മാണ പ്രവർത്തനങ്ങൾക്ക് ആക്കം കൂട്ടുവാനുള്ള തന്ത്രങ്ങൾ അവർ മെനയുകയായിരുന്നു എന്ന് തന്റെ ധിഷണപരതകൊണ്ട് ഡോളിക്ക് വേഗം പിടികിട്ടി.

"ഇനി പണം കൊടുത്ത് അവരെ ഒഴിപ്പിക്കുന്നത് കനത്ത നഷ്ടമുള്ള കാര്യമാണ് സുബാബുസാറേ.. "

"നേതാവേ... ഇതാണ് കാളയിറച്ചിവിരുദ്ധമേള നടത്തുവാനുള്ള സമയം. കൂട്ടത്തിൽ ഒരു വലിയ ബഹളം ഉണ്ടാകും. അതിനുമറവിൽ നമുക്ക് എളുപ്പം കാര്യം സാധിക്കാം."

"മുട്ടാളന്മാരേ.. സമാധാനം ഉയർത്തിപ്പിടിക്കുവാനുള്ള എന്റെ ആശയങ്ങളെ പരസ്യമായി ബലി കഴിക്കുന്നതാവരുത് ഒന്നും." സുബാബു മുരണ്ടു.

ഓരോ പുതുചിന്തയും തങ്ങളുടെ ഇടയിൽ വിശാലമണ്ഡലങ്ങൾ

തീർക്കുന്നു എന്ന് ജലചരങ്ങൾ അതിശയം കൂറി.

"മതത്തിന്റെയും ജാതിയുടെയും പേരിൽ വേലികൾ കെട്ടിയതാണ് ഇരുകാലി മൃഗങ്ങൾ ചെയ്ത ഏറ്റവും വലിയ മണ്ടത്തരം. സാങ്കല്പികമായ വേർതിരിവുകൾ പടച്ച് തമ്മിലടിക്കുന്നു. അതിൽ നേട്ടം കൊയ്യുന്നവർ ഒരു വിഭാഗം ഇല്ലെന്നില്ല. പക്ഷേ, ഭൂരിപക്ഷവും നഷ്ടങ്ങൾ മത്സരിച്ചു വാങ്ങുകയാണ്. അവർ തന്നെ ആവിഷ്കരിച്ചെടുക്കുന്ന കനത്ത നഷ്ടങ്ങൾ."

ഡോളി തുടർന്നു - "ജന്മംകൊണ്ട് ഓരോ മനുഷ്യനും കിട്ടുന്നതാണ് ജാതിപ്പട്ടം. ഒരേപോലെയുള്ള ഭൗതികാവസ്ഥ ഉള്ളവർ അത്തരത്തിൽ ജന്മം കൊണ്ടു ലഭിച്ച ജാതിയുടെ പടയാളികളായിത്തീരുകയാണ്. അതേ സമയം മറ്റൊരു കൂട്ടർ ഹീനമായ ഈ സമ്പ്രദായങ്ങളെ പരസ്യമായി എതിർത്ത് പേരെടുക്കുന്നു. രഹസ്യമായി നടപ്പിലാക്കുന്നു. നമ്മുടെ ഈ നേതാവ് അത്തരത്തിൽ ഒരാളാണ്."

പത്ത്

വീണ്ടുമൊരു അവധിദിനത്തിൽ ചില കണക്കുകൂട്ടലുകളുമായാണ് കോളേജ്കുമാരൻ വന്നിരിക്കുന്നത് എന്ന് ഡോളി നർമ്മം പറഞ്ഞത് ശരിയായിരുന്നു. ഹോം നേഴ്സിനെ വശപ്പെടുത്തുക എന്ന ഉദ്ദേശ്യത്തോടെയാണ് വരുൺ അത്തവണ വീടെത്തിയത്. "വിദ്യാലയത്തിൽനിന്ന് നേരത്തെ ചാടി പകൽസമയത്ത് ഒരു മുന്നറിയിപ്പും കൂടാതെ അവൻ വീട്ടിലെത്തിയത് പിന്നെ എന്തിനാണ്? മാത്രമല്ല, കൂട്ടുകാർക്ക് അവന്റെ വീരകൃത്യങ്ങളുടെ തെളിവും കൊടുക്കണമല്ലോ. ഇത്തവണ അതിനുള്ള ശ്രമവും അവൻ ചെയ്തേക്കും."

ഇപ്പോൾ മനുഷ്യരെല്ലാം ചിത്രങ്ങൾ ഒപ്പിയെടുക്കുവാനുള്ള ഉപാധികളുമായാണ് നടപ്പ് എന്ന് അവൾ പറഞ്ഞു. കൈയിൽ ഒതുക്കിപ്പിടിക്കാവുന്ന ക്യാമറയുള്ള ഫോണിനെക്കുറിച്ച് അവൾ മുമ്പും വിശദമായി പരാമർശിച്ചിട്ടുണ്ട്. ആ ഫോണിന്റെ തലച്ചോറിൽ സൂക്ഷിച്ചുവയ്ക്കുന്ന ചിത്രങ്ങൾ പിന്നീട് വളരെ അപകടകാരികളായി പുനർജ്ജനിക്കുമത്രെ. ആൺക്യാമറ ഒപ്പിയെടുക്കുന്നത് എന്തെല്ലാമാണ്, എപ്പോഴെല്ലാമാണ് എന്ന് പറയുവാൻ കഴിയില്ല. അതുമാത്രമല്ല, പെണ്ണിന്റെ ഉടുവസ്ത്രമില്ലാതെ കിട്ടുന്ന ചിത്രങ്ങൾക്ക് വളരെയധികം മേന്മ കല്പിക്കും അവൻ. വരുൺ ഇത്തവണ അതുപോലെ ഒരു പദ്ധതിയും ഒളിപ്പിച്ചാണ് വന്നിരിക്കുന്നത് എന്ന് ഡോളി ഉറപ്പ് പറഞ്ഞു.

"മറ്റു ജീവികളിൽനിന്ന് മനുഷ്യർ വേറിട്ടുനില്ക്കുന്നത് വസ്ത്രം ധരിച്ചുകൊണ്ടാണ്." ഒരു വലിയ വായുക്കുമിളയെ പിന്തുടരുകയായിരുന്ന മിൻമിനി പ്രസ്താവിച്ചു.

"അതെ." ടോണി അത് തുടർന്നു- "ആ വസ്ത്രങ്ങളുടെ ഉള്ളിലുള്ള മനുഷ്യൻ വിവസ്ത്രനായ മനുഷ്യനെ എത്ര സങ്കോചത്തോടെയാവും കാണുക! ചിലർ കൗതുകത്തോടെ, ചിലർ ഓക്കാനത്തോടെ, ചിലർ കാമത്തോടെ

യാവും വിവസ്ത്രരെ കാണുക. ഇതെല്ലാം കാണുമ്പോൾ തോന്നുക, ജനിക്കുമ്പോൾതന്നെ അവർക്ക് വസ്ത്രമുണ്ടായിരുന്നു എന്നാണ്..”

“നീയെന്താണ് പറഞ്ഞുവരുന്നത് ?” മോളിക്ക് ആശയക്കുഴപ്പം ഉണ്ടായി.

വസ്ത്രം മനുഷ്യന്റെ ബലഹീനതകൾ മറയ്ക്കുവാൻ ഉതകുന്ന താണ് എന്ന് അവൾ പറഞ്ഞു.

വരുണിനെ വാതിലിനു വെളിയിൽ കണ്ടതും റാണിയുടെ മുഖം വിവർണ്ണമായി. അവളെ നോക്കി ആശ കലർന്നൊരു ചിരിയും അവൻ പൊഴിച്ചു. മൂടിക്കെട്ടിയ മുഖവുമായി അവൾ വയസ്സൻ കിടക്കുന്ന മുറിയിലേക്ക് വേഗം മടങ്ങി.

കുറച്ചുനേരം അവിടെ കാത്തുനിന്നിട്ട് വരുൺ തന്റെ മുറിയിൽ ചെന്ന് വസ്ത്രം മാറി തിരികെയെത്തി. ഇപ്പോൾ അവൻ ഒരു ബർമുഡ മാത്ര മാണ് ധരിച്ചിരുന്നത്. വയസ്സൻ കിടക്കുന്ന മുറിയുടെ കതകിൽ അവൻ തള്ളിനോക്കി. അത് ഉള്ളിൽനിന്നും ബന്ധിക്കപ്പെട്ടിരുന്നു. കൂടുതൽ ശക്തിയോടെ അവൻ അതിന് മുതിർന്നു. കാര്യമുണ്ടായില്ല.

വർദ്ധിച്ച കോപത്തോടെ അവൻ മുറിയിൽ ചുറ്റിനടന്നു. സെറ്റിയിൽ തൊഴിച്ചു. അതുവഴി വന്ന പൂച്ച സമയം പന്തിയല്ല എന്നറിഞ്ഞ് എങ്ങോട്ടോ ഓടിയൊളിച്ചു. അവൻ ക്രോധപരവശനായി അവളെ ഉറക്കെ വിളിച്ചു. കലിയടങ്ങാതെ ഭാരിച്ച ഒരു കൗതുകവസ്തു കൈയിൽ എടുത്തു. അവൻ അതെടുത്ത് മത്സ്യടാങ്കിലേക്ക് എറിയുമെന്ന് മീനുകൾക്ക് തോന്നി. മത്സ്യങ്ങൾ സ്തബ്ദ്ധഭാവം പൂണ്ട് ജലഗർഭത്തിൽ നിലകൊണ്ടു.

ഘടികാരം അതിന്റെ ക്ഷീണിച്ച സ്വരത്തിൽ സമയം അറിയിച്ചു.

“എന്താണ് നീ ചിന്തിക്കുന്നത്?” മോളി മിൻമിനിയുടെ അടുക്കൽ എത്തി. അവൾ ചുമരിൽ തൂക്കിയ കലണ്ടറിലെ ചിത്രത്തെ നോക്കുക യായിരുന്നു. അത് ഒരു ജലാശയത്തിന്റെ ചിത്രമാണ്.

“ഒത്തിരി വിശാലമല്ലെങ്കിലും ഭൂമിയിലെ തുറന്ന ഒരു ജലാധാര ത്തിൽ കഴിയേണ്ട നമ്മൾ ഈ ചതുരക്കൂട്ടിൽ മരിക്കുവോളം കിടക്കുവാൻ വിധിക്കപ്പെട്ടവരാണ് എന്ന് ഓർത്തുപോയി.”

മോളി കൗതുകത്തോടെ അവളോടുപറഞ്ഞു- “നീ ഡോളിയെ പോലെ ഒരുപാട് വിരുദ്ധ സ്വപ്നങ്ങൾ കണ്ടുതുടങ്ങിയോ? വിചിത്ര സ്വപ്നങ്ങൾ... വിശുദ്ധ സ്വപ്നങ്ങൾ...”

ടോണിയാണ് മറുപടി പറഞ്ഞത്. “നാലുമീനുകൾക്ക് കഴിയുവാൻ ഇത്രയിടം പോരേ..? എന്തിനാണ് നമുക്ക് ഒരു വലിയ തടാകം. എത്ര വലിയ ഭൂമിക ആയാലും നമുക്ക് നീന്തുക എന്നൊരു കർമ്മം മാത്രമല്ലേ ചെയ്യുവാൻ കഴിയൂ.. വിശാലമായ ഇടം നമുക്ക് നല്കുവാൻ പോകുന്നത് അത്ര വലിയ ഒരു ജീവിതം ആകണമെന്നില്ല മിൻമിനീ..”

ജലത്തിന്റെ തെളിവിലേക്ക് ആവുന്നത്ര കലമ്പലുണ്ടാക്കി, വക്രീയമായ ചലനങ്ങളിലൂടെ നീന്തിയെത്തിയ ഡോളിമത്സ്യം അതിന് മറുപടി നല്കി - “ശരിയാണ്. അവർ ഉത്സർജ്ജനം ചെയ്യുന്നവ

നിറയ്ക്കുവാൻ മനുഷ്യന് ഇനിയും ഇത്രയും വലിയ ഒരു ലോകം കൂടി ലഭിച്ചാൽ തികഞ്ഞെന്നുവരില്ല. അവൻ തൃപ്തി വരാതെ വെട്ടിപ്പിടിക്കുന്നു. ഭൂമിയും ആകാശവും ബഹിരാകാശവുമെല്ലാം.."

സമയം തന്നിട്ക്ഷത്തിന് കടന്നുപോയി. മുറിയിലെ രംഗങ്ങൾ അതിനൊത്ത് മാറിവന്നു.

മകൾ ട്യൂഷൻ കഴിഞ്ഞെത്തി പതിവുപോലെ അവളുടെ മുറിയിലേക്ക് കടന്നുപോയപ്പോൾ സൂനജ എന്തോ ആലോചിച്ച് കുറച്ചുനേരം നിന്നു. പിന്നെയവർ മുന്നിലത്തെ കതക് അടച്ചിട്ട് ശിരോഭാരം താങ്ങുവാൻ കഴിയാതെ കുനിഞ്ഞ തലയുമായി കുറച്ചുനേരം കസേരയിൽ ഇരുന്നു. അവരുടെ മനസ്സിലെ കോളിളക്കങ്ങൾ മുറിയിലും കടന്നെത്തി. അത് മത്സ്യടാങ്കിൽ ചില അസ്വാഭാവിക തരംഗങ്ങൾ നിർമ്മിച്ചു.

സൂനജ സെൽഫോണെടുത്ത് ആരെയോ വിളിച്ചു. "ഞാൻ അവളോട് ചോദിക്കുവാൻ പോവുകയാണ്. ഇത് ഇങ്ങനെ വിട്ടാൽ പറ്റില്ല. എത്ര കൂസലില്ലാതെയാണ് അവൾ വീട്ടിലേക്ക് കടന്നുവരുന്നത്.. എന്നിട്ട് ചവിട്ടിത്തുള്ളി ഉള്ളിലേക്ക് പോകുന്നു. ഞാനൊരാൾ ഇവിടെയുണ്ട് എന്ന ഭാവം പോലുമില്ലാതെ. അവൾക്ക് എന്തെങ്കിലും പറ്റിയാൽ പിന്നെ ഈ സമൂഹത്തിൽ ഞങ്ങൾ എങ്ങനെ തല ഉയർത്തിപ്പിടിച്ച് നടക്കും. "

അവരുടെ സ്വരം വിറച്ചു.

"എ ഡി എമ്മിന്റെ മകൻ അവടെ ബോയ്ഫ്രണ്ട് ആണെന്നറിഞ്ഞപ്പോൾ ഞാൻ അത്ര കാര്യമാക്കീല്ല. ഇതിപ്പം അത്തരം ഒരു ചെക്കനല്ലല്ലോ.. ഒരു വൃത്തികെട്ടവൻ. സ്കൂൾ ബസിന്റെ ഡ്രൈവർ. എ ബിഗ് ഫ്രോഡ്. അവനൊരു പത്തുമുപ്പത് വയസ്സ് കാണും. ഇത് വിട്ടാൽ പറ്റില്ല.."

ഫോണിലൂടെ വരുന്ന ഉപദേശങ്ങൾക്ക് അവളുടെ കോപത്തെ ഒട്ടും അലിയിപ്പിക്കുവാൻ കഴിയുന്നില്ല. അവർ മകളെ ഉറക്കെ വിളിച്ചു. അവൾ ഏതോ മുറിയുടെ ഉള്ളിലെവിടെയോ ഉണ്ട്. സൂനജയുടെ വിളികൾ മുറിയുടെ ചുവരുകളിൽ വെറുതെ തട്ടി മുഴങ്ങി.

അല്പം കഴിഞ്ഞ് അവൾ മകളെ തിരക്കി അവളുടെ സങ്കേതത്തിലേക്ക് പാഞ്ഞുപോയി. കുറച്ചുനേരം ചില വാദപ്രതിവാദങ്ങളുടെ അവ്യക്തമായ അലകൾ മാത്രം മുൻമുറിയിലേക്ക് തള്ളിക്കയറി വന്നു.

അമ്മ മകൾ ദ്വന്ദ്വം രസകരമായ ഒരു സംഗതിയാണ് എന്ന് ഡോളി പറഞ്ഞത് അതുകേട്ടിട്ടാണ്.

"അമ്മ ഒരുകാലത്ത് ഒരു മകളായിരുന്നല്ലോ? അന്ന് അവർ കടന്നുവന്ന വഴികളിലൂടെ തന്റെ മകളും സഞ്ചരിക്കണമെന്ന് അഥവാ സഞ്ചരിക്കരുതെന്ന് ചിലപ്പോൾ അവർ വാശിയെടുക്കും. അത് സ്വാഭാവികം" മിൻമിനി പറഞ്ഞു.

"കാലത്തിന്റെ മാറ്റങ്ങൾ കാണാത്തവർ നല്ല അമ്മമാർ അല്ല..." ടോണി നിഷേധിച്ചു.

സമയ കൂസലില്ലാതെ മുൻമുറിയിലേക്ക് വീണ്ടും കടന്നുവന്നു. അവളുടെ കൈയിൽ മാറിയുടുക്കുവാൻ എടുത്ത വസ്ത്രങ്ങൾ. സൂനജ പിന്നാ

ലെയെത്തി. അവർ മകളുടെ പിന്നിൽ വന്നുനിന്ന് ഉറഞ്ഞുതുള്ളി-“നിന്റെ ഡാഡി വരട്ടെ. അയാൾ പറയട്ടെ ഇനി നീ ട്യൂഷൻ എന്നുപറഞ്ഞ് പുറത്ത് ഇറങ്ങണോ എന്ന്..”

“ഓ... ട്യൂഷൻ ആണേലും അല്ലേലും ഞാൻ വൈകിട്ട് അത്രേം നേരം പുറത്തുപോണത് നിങ്ങക്കൊക്കെ നല്ലതാണ്. മമ്മി ഇവിടെ ഇല്ലാത്തപ്പോൾ ഡാഡീടെ കമ്പനി കൂടിയിരുന്നുള്ള വെള്ളമടിയും ഡാഡി ഇല്ലാത്തപ്പോൾ മമ്മിയുടെ അഴിഞ്ഞാട്ടവും നടക്കുന്നത് ആ സമയത്താണല്ലോ?”

“നാണമില്ലാത്തവളേ... നീ എന്തറിഞ്ഞാണ് ഈ പറയുന്നത്? ഐ വിൽ കിൽ യു.”

“സ്വന്തം മകളുടെ കാര്യം വരുമ്പോൾ എല്ലാ അമ്മമാരും ഇതുപോലെ സ്വാർത്ഥരാകും. മകളുടെ കള്ളക്കളികൾ അറിഞ്ഞ വേവലാതിയാണ് അവർക്ക്. അതോടൊപ്പം അവരുടെ കള്ളക്കളികൾ മകൾ ചോദ്യം ചെയ്യുന്നതിലെ അങ്കലാപ്പും. നോക്കൂ അവരുടെ കണ്ണുകൾ കത്തുന്നുണ്ട്. ചിത്തത്തിൽനിന്ന് ഉയർന്നുപൊങ്ങുന്ന കോപാഗ്നിയിൽ അവർ സ്വയം വേകുന്നുണ്ട്.” ഡോളി ചില്ലുപാളികളിൽ ചേർന്നുനിന്ന് മുൻമുറിയിലെ കാഴ്ചകളിലേക്ക് സ്വയം അർപ്പിച്ചു.

ഓരോ അമ്മയും ഒരുകാലത്ത് മകളായിരുന്നു എന്ന് മിൻമിനി പറഞ്ഞത് ഡോളി ഓർത്തു. കുടുംബം എന്ന സ്ഥാപനം നടത്തുവാൻ മനുഷ്യർ പെടുന്ന പാടോർത്ത് അവൾ അന്തംവിട്ടു. ജലചരങ്ങൾക്ക് ഈവക കാര്യങ്ങളിൽ തോന്നുന്ന അതിശയത്തിൽ വലിയ കാമ്പില്ല എന്ന് ടോണി അവളെ ഓർമ്മിപ്പിച്ചു.

മകൾ വഴിപിഴച്ചു എന്നതിലല്ല അവരുടെ ദുഃഖം, മറിച്ച് അത് ചേരാത്ത ഒരു ബന്ധമായതിനാലാണ് എന്ന് ടോണി പറഞ്ഞു. “പ്രായമുള്ള ഒരാളായിരിക്കണം സമയയെ വശീകരിച്ച ആ വണ്ടിക്കാരൻ കുറുക്കൻ. വീണ്ടും ശരീരത്തിന്റെ തീ കെടുത്തൽ തന്നെയാണ് വിഷയം. അതിന് ആ പെൺകുട്ടി അവൾക്ക് ഏറ്റവും എളുപ്പമുള്ള ഒരു വഴി തിരഞ്ഞുപിടിച്ചു.”

മിൻമിനിയുടെ നോട്ടം സമയ എന്ന പെൺകിടാവിലായിരുന്നു. അവൾ കലിപൂണ്ട് അമ്മയെ നോക്കി. തന്റെ തെറ്റുകൾ കണ്ടുപിടിക്കപ്പെടുമ്പോൾ ഒരു കുട്ടിയുടെ മുഖത്ത് സ്വാഭാവികമായി ഉണ്ടാകുവാൻ ഇടയുള്ള ഒരു സങ്കോചവും അവളുടെ തുടുത്ത മുഖത്ത് കണ്ടില്ല. അവൾ മുഖംമൂടി അണിയാതെ, തന്റേടത്തോടെ അമ്മയെ നേരിടുവാൻ തയ്യാറെടുത്ത് നിലകൊള്ളുകയാണ്. അന്തരീക്ഷത്തിലെ പിരിമുറുക്കത്തിൽ കൂടുതൽ ഗാംഭീര്യം കലർത്തിക്കൊണ്ട് ക്ലോക്ക് പത്തുവട്ടം ശബ്ദിച്ചു.

“മമ്മിക്ക് ഷിനോജങ്കിളുമായി ഉള്ള റിലേഷന്റെ പോലെത്തന്നെയാണ് ഞങ്ങളുടേത്.. അത് ശരിയെങ്കിൽ ഇതും ശരി..” സമയ അലറി. അവളുടെ ഉള്ളിൽ പകയോട് അടുത്തുനില്ക്കുന്ന ചില വികാരങ്ങൾ നിറയുന്നതായി മിൻമിനിക്ക് തോന്നി.

സൂനജ അല്പനേരം സെറ്റിയിലേക്ക് തളർന്നിരുന്നു. മകൾ വീണ്ടും ഫ്രെയിമിൽനിന്ന് മറഞ്ഞു.

അമ്മ ഫോണെടുത്ത് വീണ്ടും ആരെയോ വിളിച്ചു. മറുവശത്തുള്ള ആൾ ആ വിളിയോട് പ്രതികരിച്ചില്ല എന്ന് തെളിയിക്കുന്നതായിരുന്നു അവരുടെ പിന്നീടുള്ള മുഖഭാവം. അവർ ആ ഫോണെടുത്ത് മത്സ്യടാങ്കിന് നേരെ എറിഞ്ഞു. ഭാഗ്യത്തിന് അവരുടെ ഉന്നം പിഴച്ചു. അല്ലായിരുന്നെങ്കിൽ ഉണ്ടാകുമായിരുന്ന അപകടത്തെക്കുറിച്ച് ഓർത്ത് ഡോളിയും ടോണിയും പരസ്പരം ഉൾക്കിടിലത്തോടെ നോക്കി.

തകർന്നുവീണതെന്ത് എന്ന് മോളി നടുക്കത്തോടെ ആരാഞ്ഞു. കാമുകന്റെ സാമീപ്യം എപ്പോഴും ഒരു കാമുകിക്ക് ഒരുക്കിക്കൊടുക്കുമായിരുന്ന അപരാധിയായ ആ യന്ത്രത്തിന്റെ ഉള്ളിലെ രഹസ്യങ്ങൾ തറയിൽ ചിതറിയതാണെന്ന് ഡോളി മന്ത്രിച്ചു.

പതിനൊന്ന്

ഇന്ന് പെണ്ണുങ്ങളുടെ ലീലാവിലാസങ്ങളുടെ ദിവസമാണെന്ന് തോന്നുന്നു എന്ന് മിൻമിനി പറഞ്ഞു. പകൽസമയം അവിടെ കയറിവന്ന രണ്ടു സ്ത്രീകളെ കണ്ടിട്ടാണ് അവൾ അതുപറഞ്ഞത്. അവർ കടും നീലനിറമുള്ള വസ്ത്രങ്ങളാണ് ധരിച്ചിരുന്നത്. അതിൽ ഉരുണ്ടിരുണ്ട ഒരുവൾ കൈയിൽ അടക്കിപ്പിടിച്ച നായയെ തറയിൽ വിട്ടശേഷം ഓടിവന്ന് സൂനജയെ കെട്ടിപ്പിടിച്ചു. സാമാന്യം വലുപ്പമുള്ള ഒരു നായ ആയിരുന്നു അത്. എങ്കിലും ആ സ്ത്രീ വളരെ നിസ്സാരമായാണ് അതിനെ ചുമന്നുകൊണ്ടു വന്നത്. എവിടെയോ പതുങ്ങിക്കിടന്ന പൂച്ചയെ പിടിക്കുവാനായി നായ പദ്ധതിയിട്ടു. പക്ഷേ, പൂച്ച ജാലകം വഴി പുറത്തേക്ക് ചാടിക്കളഞ്ഞു. നായ ജാലകത്തിനടുത്തെത്തി ഗ്രില്ലുകളിലൂടെ പുറത്തേക്ക് കടക്കുവാൻ വെമ്പി. കഴിയാതെ വന്നതിനാൽ വെറുതെ കുരച്ചു.

"ഹേയ് റോണീ..." എന്നു വിളിച്ച് അതിന്റെ ഉടമസ്ഥ അതിന്റെ വായടച്ചു.

"റിഹേഴ്സൽ ക്യാമ്പിലേക്ക് ഹാർദ്ദമായ സ്വാഗതം." സൂനജ അവളിലൊരുവളെ വീണ്ടും ചുംബിച്ചു. അവർ സെറ്റി മുറിയുടെ ഓരത്തേക്ക് തള്ളിമാറ്റി.

"ശരിയാണ്. കൂത്താടലിന്റെ തനിയാവർത്തനം. നേതാവ് ദൂരെയെവിടെയോ പോയ തക്കം. മകൻ കോളേജ് ഹോസ്റ്റലിലേക്കും മടങ്ങി. മകളെ വൈകുന്നേരം വരെ സ്കൂളിൽ അടക്കം ചെയ്തിരിക്കുന്നു. പെണ്ണുങ്ങൾക്ക് ഇവിടെക്കിടന്ന് കൂത്താടുവാൻ ഇതിൽപ്പരം അനുകൂല സാഹചര്യം ലഭിക്കാനുണ്ടോ?" ഡോളി അഭിപ്രായപ്പെട്ടു.

കൂത്താടുക എന്നുപറഞ്ഞാൽ അർത്ഥം എന്തെന്ന് മോളി തിരക്കി. മനുഷ്യന്റെ വിശാലമായ പദസഞ്ചയങ്ങളിൽ അത്തരം നിരവധി വാക്കുകൾ ഉണ്ടെന്നും അഴിഞ്ഞാടി നടക്കുക എന്നാണ് അതിന്റെ അർത്ഥമെന്നും ഡോളി പറഞ്ഞു. വാക്കുകളുടെയും വാചകങ്ങളുടെയും കുത്തകയുള്ള മനുഷ്യർക്ക് കുറേക്കാലം കഴിയുമ്പോൾ പദക്ഷയം ഉണ്ടാകു

മെന്നും ഭാഷയില്ലാതെ അവൻ സ്വയം ചുരുങ്ങുമെന്നും അവൾ പറയാറുണ്ടെങ്കിലും പരിണാമത്തിന്റെ എല്ലാ അവസരങ്ങളെയും മുതലാക്കി തങ്ങളുടെ ഭാഷകളെ ഇത്രമാത്രം വികസിപ്പിച്ചെടുത്ത മനുഷ്യനെ അവൾ ഉള്ളുകൊണ്ട് അംഗീകരിച്ചിരുന്നു.

നീല ചുരിദാറണിഞ്ഞ് ചതുരവടിവുള്ള വെളുത്ത് കൊലുന്ന യുവതിയെ ശ്രദ്ധിച്ച ഡോളി തുടങ്ങി- “അവളെ കണ്ടോ. ശരീരത്തിന്റെ രാഗങ്ങളെ കുറച്ചുപോലും ഗോപ്യമാക്കാതെ ഓരോ ചലനങ്ങളിലും തനിക്കു ചുറ്റുമുള്ള അന്തരീക്ഷത്തെ പ്രകോപിപ്പിച്ചുകൊണ്ട് അവൾ ചലിക്കുന്നു. കുടുക്കഴിഞ്ഞ മട്ടിൽ അലസമായിട്ട, വെട്ടിയിറക്കിത്തുന്നിയ വസ്ത്രങ്ങളുടെ അല്പത്തവും തീരെ അനുസരണകെട്ട മുടിയിഴകളും മഞ്ഞ് പ്രതിഫലിക്കുന്ന കണ്ണുകളും ആണവൾക്ക്. അവൾ ഇവരുടെ സഭയിലെ പ്രധാനികളിൽ ഒരുവൾ.”

“ചെമ്പിച്ച മുടിയുള്ള കണ്ണടക്കാരിയോ? അവളല്ലേ തീ പടർന്നു കത്തുന്ന മട്ടിൽ പാട്ടുകൾ പാടി മുറി മുഴുവൻ ചൂടു പിടിപ്പിക്കുന്നത് ?” ടോണി ചില്ലിനോട് മുഖം തൊടുവിച്ചുകൊണ്ട് തുടർന്നു - “എത്ര വേഗമാണ് അവർ മറ്റുള്ളവരെ പാട്ടിന്റെ വലകളിൽ കൊരുത്തെടുത്തത്..”

“ഇരുൾനിറമുള്ള ഉരുണ്ട ദേഹക്കാരി എന്താ മോശമാണോ? ഏറ്റവും വൃത്തികെട്ട ചേഷ്ടയോടെ മറ്റുള്ളവരെ കഴിഞ്ഞ വട്ടം ഞെട്ടിച്ചത് അവളായിരുന്നു. വസ്ത്രങ്ങൾ ഒന്നൊന്നായി ഉരിഞ്ഞെറിഞ്ഞ അവൾ ഒരു കരിനാഗം കണക്കെ ഈ തറയിൽ കിടന്ന് ഇഴഞ്ഞത് ഓർമ്മയില്ലേ? കടുത്ത ബാധ കയറിയതുപോലെ അവൾ വിറച്ചതും ഏതോ ഒരു പരമോച്ചാവസ്ഥയിൽ അവളുടെ വായിൽനിന്ന് കൊഴുത്ത ഒരു ദ്രാവകം നുരച്ചിറങ്ങിയതും ഓർമ്മയെ തിളപ്പിക്കുന്നു. ”

രണ്ടുപേർ മത്സ്യടാങ്കിന്റെ അടുക്കലെത്തി. സമീപക്കാഴ്ചയിൽ മിൻമിനിക്ക് ആ സ്ത്രീകളുടെ മുഖത്ത് കോരിപ്പുരട്ടിയിരുന്ന ചായക്കൂട്ടുകളുടെ തിളക്കം വലിയ വൃത്തികേടുകളായി തോന്നി.

അതിൽ ഒരുവൾ ചില്ലുകൂട്ടിലേക്ക് ചുഴിഞ്ഞുനോക്കിക്കൊണ്ട് കൂട്ടുകാരിയോട് ചോദിച്ചു- “നീ മീനുകളെ കൊണ്ട് ടെസ്റ്റ് ചെയ്തിട്ടുണ്ടോ? ബാത്ത് ടബ്ബിലിട്ട് ചെയ്യാവുന്നതേയുള്ളൂ.”

ഞാൻ ടേസ്റ്റ് ചെയ്തിട്ടുണ്ട് എന്നുപറഞ്ഞ് അപര ചിരിച്ചു. അവളുടെ മുഖം നോക്കി ആഞ്ഞൊരു കൊത്തു കൊടുക്കുവാൻ ഡോളി ആഗ്രഹിച്ചു.

പിന്നെയും ചില അംഗങ്ങൾ വന്നെത്തി. ചിലരുടെ പക്കൽ നായകളും ഉണ്ടായിരുന്നു. മിക്കവയും വലിയ ഇനങ്ങളിൽ ഉള്ളവ. അവ പരസ്പരം കുരച്ചപ്പോൾ ഉടമസ്ഥർ അവയെ ശാസിച്ചു. എങ്കിലും പരസ്പരം ഇഷ്ടമാകാതെ ചില നായ്ക്കൾ മുരണ്ടുകൊണ്ടിരുന്നു. കൂട്ടത്തിലെ ചെറിയ നായ്ക്കളും മോശക്കാരല്ല. അവയും മുരളുന്നുണ്ട്.

“നമ്മുടെ റിഹേഴ്സൽ ക്യാമ്പിന്റെ നിയമങ്ങൾ എല്ലാവർക്കും അറിയാമല്ലോ? ദയവുചെയ്ത് എല്ലാവരും മൊബൈലുകൾ ഓഫ് ചെയ്ത് ആ ടേബിളിൽ വെക്കണം. അബദ്ധത്തിൽ പോലും ഇവിടുന്ന് ഒരു

രംഗവും റിക്കോഡ് ആവരുത്. ഓർമ്മകൾ പോലും ഈ മുറിയിൽനിന്ന് പുറത്തു കൊണ്ടുപോകരുത്." സൂനജ പ്രഖ്യാപനങ്ങൾ നടത്തി.

ഒരു നായ അതിനു മറുപടിയായി ഉറക്കെ മോങ്ങി.

"ഈയടുത്ത് ഞാനൊരു നോവൽ വായിച്ചു. അതിൽ നഗരമദ്ധ്യത്തിലെ ഫ്ളാറ്റിൽ ഒത്തുകൂടി പരസ്പരം പീഡിപ്പിച്ച് രമിക്കുന്ന ഒരു കൂട്ടരെക്കുറിച്ച് വിശദമായി എഴുതിയിട്ടുണ്ട്. ഏതാണ്ട് നമ്മുടെ പരിപാടി പോലെതന്നെ. പക്ഷേ, അവിടെ ആണും പെണ്ണുമുണ്ട് എന്നതാണ് വ്യത്യാസം." ഒരുത്തി മുറിയുടെ ഒത്തനടുവിൽനിന്ന് ചിരിച്ചു. ഇടംപല്ലുള്ള അവളുടെ ചിരി വികൃതമായ ഒരു കൊഞ്ഞനംകുത്തൽ പോലെയാണ് ടോണിക്ക് അനുഭവപ്പെട്ടത്. മറയില്ലാത്ത ചില്ലുപാളികളുടെ അപ്പുറത്ത് നടക്കാറുള്ള വൃത്തികേടുകളുടെ അരങ്ങിന് അത്തരം ചിരികളാണ് അനുയോജ്യം എന്ന് അവന് തോന്നി.

ഓരോവട്ടവും അവരുടെ കലാപരിപാടികൾ വ്യത്യസ്തമായിരിക്കുമല്ലോ എന്ന് ടോണി പറഞ്ഞു. ഇന്നെന്താണെന്ന് അറിയുവാൻ ആ മത്സ്യത്തിന് തിടുക്കമായി. ചില്ലുപാളികളിൽ മുട്ടിയുരുമ്മി മുറിയിൽനിന്ന് കണ്ണെടുക്കാതെ ടോണി കാത്തു നിലകൊണ്ടു.

അതിനകം ഒരുവൾ നിലവിളിക്കുന്ന മട്ടിൽ പാട്ടുതുടങ്ങി. ശബ്ദം തരിമ്പും മുറിയുടെ വെളിയിൽ പോകാതിരിക്കുവാൻ ജാലകങ്ങൾ ചേർത്തടച്ചിരുന്നു. പാട്ടു പാടിയവൾ ഉച്ചസ്ഥായിൽ എത്തുന്നതിനൊപ്പം വസ്ത്രങ്ങൾ പറിച്ചെറിയുന്നുണ്ട്. മറ്റുള്ളവരും അതിനൊപ്പം തുണികൾ ഊരുവാൻ ആരംഭിച്ചു. സ്ത്രീകളുടെ രഹസ്യഭാഗങ്ങൾ വെളിപ്പെട്ടതും നായ്ക്കൾ പ്രത്യേക രീതിയിൽ ശബ്ദമുണ്ടാക്കി അക്ഷമ പ്രകടിപ്പിക്കുവാൻ തുടങ്ങി.

"ഇത് മൃഗരതിക്കുള്ള തുടക്കമാണ്. മനുഷ്യസ്ത്രീകളുമായി രമിക്കുവാൻ പരിശീലനം കിട്ടിയ നായ്ക്കളാണ് ഇവയെല്ലാം എന്ന് തോന്നുന്നു." ഡോളി പ്രവചിച്ചു.

ആ മത്സ്യം പറഞ്ഞതു ശരിയാണെന്ന് അല്പസമയത്തിനുള്ളിൽ മറ്റു മത്സ്യങ്ങൾക്ക് ഉറപ്പായി. തുടർക്കാഴ്ചകൾ മീനുകൾക്കു താങ്ങുവാൻ എളുപ്പമായിരുന്നില്ല. നായ്ക്കൾ അവരുടെ പരിശീലനക്കളരികളിൽ ലഭിച്ച പാഠങ്ങൾ തെറ്റുകൂടാതെ ആവർത്തിച്ചു. അവയുടെ മോങ്ങലും സ്ത്രീകളുടെ പൊട്ടിച്ചിരികളുംകൊണ്ട് ആ മുറി മറ്റൊരു ലോകമായി മാറിയിരുന്നു.

"നമുക്ക് മറ്റു മൃഗങ്ങളെയും മെരുക്കി പരിശീലിപ്പിക്കണം." ഒരുത്തി പറയുന്നത് കേട്ട് ഡോളി അന്തം വിട്ടു.

പൊടുന്നനെ ഒരു മണിനാദം മുഴങ്ങി. മീനുകൾ നടുക്കത്തോടെ മുറിയിലേക്ക് നോക്കി. ആദ്യം കൂത്താടലിന്റെ ലഹരിയിൽ മുങ്ങിയ വനിതകൾ അതറിഞ്ഞില്ല. വീടിന്റെ വെളിയിൽനിന്ന് ആരോ വീണ്ടും ബെല്ലടിച്ചു. ഇത്തവണ പെണ്ണുങ്ങൾ അത് ശ്രദ്ധിച്ചു. പൊടുന്നനെ മുറി നിശ്ചലമായി. നായ്ക്കളും വസ്ത്രങ്ങളുമായി അവർ ഉൾമുറിയിലേക്ക് ഓടി. വസ്ത്രങ്ങൾ വാരിച്ചുറ്റിയ സൂനജ മുൻകതകിന്റെ അടുക്കലെത്തി പുറംകാഴ്ച നല്കുന്ന സുഷിരത്തിലേക്ക് മുഖം ചേർത്ത് പുറത്തേക്ക് നോക്കി.

പിന്നെയവൾ മെല്ലെ വാതിൽ തുറന്നു.

വൃത്തിയായി ഷേവ് ചെയ്ത മുഖത്ത് ചിരി ഘടിപ്പിച്ച് ഷിനോജ് നില്ക്കുന്നു. വികൃതമായി വസ്ത്രം ധരിച്ച് മുന്നിൽ നില്ക്കുന്ന കാമുകിയെ കണ്ടമാത്രയിൽ അയാളുടെ ചിരി മങ്ങിയത് മിൻമിനി ശ്രദ്ധിച്ചു.

ഒരു മുഴുത്ത നായയെപ്പോലെ അവൾ ഇപ്പോഴും മുരളുന്നുണ്ട് എന്ന് ഡോളി മിൻമിനിയോട് പറഞ്ഞു. ജാരനെ എന്തെങ്കിലും പറഞ്ഞ് അവൾ മടക്കുമെന്നും ഡോളി പ്രവചിച്ചു.

“നായകൾ നക്കിയ ഇടങ്ങളിൽ അയാൾ ചുംബിക്കുവാൻ വെമ്പുന്നത് കണ്ടോ?” ഒരു മത്സ്യം പുലമ്പി. ഷിനോജ് സെറ്റിയിൽ ഇരുന്നു. അടുത്ത മുറിയിൽ നായ്ക്കൾ കുരച്ചതു കേട്ട് അയാൾ ആശയക്കുഴപ്പത്തോടെ കാമുകിയെ നോക്കി.

“സൂനജ നായ്ക്കളെ വളർത്തുന്നുണ്ടോ?”

അതിനു മറുപടിയായി അവൾ നായ കുരയ്ക്കുമ്പോലെ ഒരു ശബ്ദമുണ്ടാക്കി. അകത്തെ മുറിയിൽ നായകൾ വന്യമായി കുര തുടങ്ങി.

“ഇതെന്താണ് തമാശ ? ഒരുപാടു നായ്ക്കൾ ഉണ്ടെന്നു തോന്നുന്നു.” അയാൾ ചിരിക്കുവാൻ ശ്രമിച്ചു.

മറുപടി പറയാതെ അവൾ വീണ്ടും നായയെപ്പോലെ കുരച്ചു. ജാരൻ ആ പുതിയ തമാശകളിൽ പങ്കെടുക്കുവാൻ ആവാതെ കുഴഞ്ഞു. സൂനജ അയാളുടെ മുന്നിലിരുന്ന് കുര തുടങ്ങി. അവൾ വാരിച്ചുറ്റിയ വസ്ത്രം അഴിഞ്ഞു വീഴുന്നുണ്ട്. ഒരു നായയെപ്പോലെ വന്നു ഭോഗിക്കുവാൻ അവൾ കൈയാംഗ്യങ്ങൾകൊണ്ട് അയാളെ ക്ഷണിച്ചു.

‘‘എനിക്കൊന്നും മനസ്സിലാകുന്നില്ല.’’ അയാൾ ആ കളികൾ ഇഷ്ടപ്പെടാത്ത മട്ടിൽ എഴുന്നേറ്റു. അവൾ ജാരനുനേരെ കുരച്ചുചാടി. അയാൾ ആശയക്കുഴപ്പത്തോടെ തിടുക്കപ്പെട്ട് വാതിലിനുനേരെ നടന്നു.

സൂനജ തറയിൽ ഇരുന്ന് ചിരിക്കുവാൻ തുടങ്ങി. അവൾ അതേയിരുപ്പിൽ കുറേനേരം ഇരുന്ന് ചിരിച്ചു. ചിരിയുടെ ഓരോ പടലയും അടർന്നുവീഴവെ നായ്ക്കൾ ഒന്നൊന്നായി വീട്ടിൽനിന്ന് പുറത്തേക്ക് നീങ്ങുന്നുണ്ടായിരുന്നു.

പന്ത്രണ്ട്

“**പ**ണത്തെ കേന്ദ്രസ്ഥാനത്ത് നിർത്തുന്ന ജീവിതചര്യകൊണ്ട് മനുഷ്യർ നഷ്ടപ്പെടുത്തുന്നത് ജീവിക്കുവാനുള്ള ഒരുപാട് സാദ്ധ്യതകളാണ്. പണം നേടുവാൻ വേണ്ടി ജീവിതത്തോട് വിട്ടുവീഴ്ചകൾ ചെയ്യുന്നതാണ് ഈ മനുഷ്യരുടെ വലിയൊരു കുഴപ്പം.”

പണത്തിനുവേണ്ടി കയർക്കുന്ന പുത്രൻ മാതാപിതാക്കളെ ചോദ്യം ചെയ്യുന്നത് കൗതുകമില്ലാത്ത ഒരു കാഴ്ചയാണ് എന്ന് മത്സ്യങ്ങൾ പൊതുവായി അഭിപ്രായപ്പെട്ടു. സമ്പത്തിന്റെ വ്യയത്തിൽ മേല്ക്കീഴ് നോട്ടമില്ലാതെ അവൻ പ്രവർത്തിക്കും. കാരണം അവൻ മാതാപിതാക്കളെ

ഒന്നാന്തരം ബൂർഷകളായാണ് കാണുന്നത്.

ചോദിച്ച പണം കിട്ടുകയില്ല എന്ന് ഉറപ്പായപ്പോൾ വരുൺ വൈരാഗ്യത്തോടെ സെറ്റിയിൽ തണുപ്പൻ മട്ടിൽ ഇരുന്ന അച്ഛനെ നോക്കി. സുബാബു ആ നോട്ടത്തെ അവഗണിച്ചുകൊണ്ട് വർത്തമാനപ്പത്രത്തിലേക്ക് തല ഒതുക്കി.

“പത്രത്തിലെ വാർത്തകളുടെ ഇടയിൽ ഒരു ആത്മഹത്യയുടെ വിവരണം കിടക്കുന്നുണ്ടാവാം. അയാൾ ഇപ്പോൾ വായിക്കുന്നത് ആ വാർത്തയാവാനാണ് സാദ്ധ്യത.” ഡോളി ഒരു ജലഘടികാരത്തിന്റെ അടർന്നുവീണ തുള്ളിപോലെ വെള്ളത്തിലൂടെ താഴേക്ക് താണു. പിന്നെ തുഴഞ്ഞുയർന്ന് കൂട്ടുകാരുടെ അടുക്കലെത്തി തുടർന്നു – “മനുഷ്യന്റെ വർത്തമാനപ്പത്രങ്ങൾ മുഴുവൻ വിവിധതരത്തിലെ ആത്മഹത്യാവാർത്തകൾകൊണ്ടാണ് നിറയുന്നത്. ജീവിക്കാൻ അറിയാത്ത മനുഷ്യരാണ് ഇന്ന് ഭൂമുഖത്ത് കൂടുതലുള്ളത്. അവർക്ക് മുന്നിലുള്ള ഏറ്റവും ലളിതമായ പോംവഴിയാണ് ആത്മഹത്യ. ചിലർ അത് വെറും ഭീഷണിയായി മുഴക്കുന്നു. സത്യത്തിൽ ആത്മഹത്യ ഒരു ഭീഷണിയായി ഉയർത്തുന്ന ഏക ജീവി മനുഷ്യനാണ്.”

പുത്രൻ ആത്മഹത്യാഭീഷണി മുഴക്കി പിതാവിന്റെ മുന്നിലേക്ക് നീങ്ങി നിന്നതും ഏതാണ്ട് അപ്പോഴാണ്.

“നീ പോയി ചാവെടാ...”

എത്ര ഭീഷണി മുഴക്കിയാലും ഇനി ഒരു പൈസ പോലും തരുവാൻ ഇല്ല എന്ന് പിതാവ് അലറിവിളിച്ചു.

അച്ഛൻ എന്നുവിളിക്കുന്ന നാവുകൊണ്ട് ഞാൻ ഇനി വേറെവല്ലതും വിളിക്കും എന്ന് പുത്രനും തിരികെ അലറി. “നിങ്ങളുണ്ടാക്കിയ ഇമേജൊക്കെ ഇല്ലാണ്ടാക്കാൻ എനിക്ക് കൂടിവന്നാൽ ഒരു ദിവസത്തെ സമയം മതി. അറിയുവോ പിശുക്കൻ തന്തേ.. നിങ്ങടെതന്നെ മോനാ ഞാൻ. അതു മറക്കരുത്.”

“എടാ...” അയാൾ മുഴുത്ത ഒരു തെറി വിളിച്ചുകൊണ്ട് മകനുനേരെ കുതിച്ചു. അവൻ അയാളെ നിസ്സാരമായി തടഞ്ഞു. .

പിതാവ് എന്നപോലെയുള്ള സ്ഥാനമാനങ്ങളെക്കുറിച്ച് ചില സങ്കല്പങ്ങളൊക്കെ മനുഷ്യവർഗ്ഗം കാലങ്ങളായി കാത്തു സൂക്ഷിക്കുന്നതിനെ മത്സ്യങ്ങൾ ഒന്നടങ്കം പരിഹസിക്കുകയുണ്ടായി. കുടുംബം എന്ന സ്ഥാപനത്തെ ചലിപ്പിക്കുന്നത് ഇത്തരം ബന്ധസങ്കലനങ്ങൾ തന്നെ എന്ന് ഡോളി പറഞ്ഞു. കായികവും മനഃശക്തിയുംകൊണ്ട് കുടുംബത്തിന്റെ നാഥനായി നിലകൊള്ളുന്ന കാലം അവൻ മറന്നു. മൂപ്പും നിയമവും കൊണ്ട് അത്തരം സ്ഥാനത്തെ ഉറപ്പിച്ചു നിർത്തുന്നതിൽ തലമുറകളായി അവൻ വിജയിക്കുന്നു. എങ്കിലും ഉള്ളിന്റെ ഉള്ളിലെ വാസനകൾ ഇത്തരത്തിൽ പുറത്തുവന്ന് സമൂഹം പടുത്തുയർത്തിയ സ്ഥാനങ്ങളെ ചോദ്യം ചെയ്യുന്നതിന്റെ ചില കാഴ്ചകൾ ഇത്തരത്തിൽ കാണാമെന്ന രീതിയിൽ മത്സ്യങ്ങൾ ഒരു നിഗമനത്തിൽ എത്തി.

തുടർന്നുള്ള ചർച്ചകൾ മുഴുവൻ മനുഷ്യരുടെ കാഴ്ചപ്പാടുകളെ കുറിച്ചായിരുന്നു.

മനുഷ്യരുടെ ഇടയിൽ ഒരു വീട്ടുവേലക്കാരിയോ രോഗപരിചര്യ ചെയ്യുന്നവളോ ഗണിക്കപ്പെടുന്നത് തീർത്തും താഴ്ന്ന നിലയിലാണ് എന്നത് വിചിത്രമായ ഒരു കാര്യമെന്ന് മോളി അഭിപ്രായപ്പെട്ടു. മറ്റുള്ളവർക്ക് ആവാത്ത കാര്യങ്ങൾ ചെയ്യുന്നവരേ കൂടുതൽ ഉയർന്ന തലത്തിൽ അല്ലേ കാണേണ്ടത് എന്ന് അവൾ ചോദിച്ചു. കായികാദ്ധ്വാനത്തിന് വില കല്പിക്കുന്നില്ല. കായബലം ചുരുങ്ങിവന്ന് അവനൊരു കീടമായി മാറുമെന്ന് അവൾ പലവട്ടം പ്രവചിച്ചിട്ടുള്ളതാണ്.

മനുഷ്യരുടെ ഇടയിൽ ഉള്ള വേർതിരിവുകളെക്കുറിച്ച് ഡോളി വിവരിച്ചത് കൗതുകത്തോടെ മോളി ശ്രവിച്ചു. ജലചാരികൾ വളരെ സൂക്ഷ്മതയോടെ ഈവക കാര്യങ്ങളെ വിശകലനം ചെയ്യേണ്ടതുണ്ട് എന്ന് അവൾ സൂചിപ്പിക്കുകയുണ്ടായി.

“മനുഷ്യരുടെ ഇടയിൽ മതവും ജാതിയുമെല്ലാം മുൻതൂക്കം നേടിയത് പണ്ടുകാലം മുതൽ നിലനിന്നിരുന്ന വിചിത്രമായ ചില അവസ്ഥാവിശേഷത്താൽ ആയിരിക്കുമല്ലോ. ബാഹ്യവും ആന്തരികവുമായി ഒരേ രൂപഭാവങ്ങൾ ഉള്ള മനുഷ്യർ അതുകൊണ്ടാണല്ലോ വിഭിന്ന മതങ്ങളുടെ ഭാരം പേറുന്നത്. അവർക്ക് ദൈവങ്ങളും മതങ്ങളും അനവധിയുണ്ടെങ്കിലും ഒരിക്കലും തൃപ്തിവരാതെ ഇരുട്ടിൽ അലഞ്ഞു നടക്കുകയാണ്. പല തുണ്ടുകളിലായി ഒറ്റപ്പെട്ടുകിടന്ന ചെറുസമൂഹങ്ങൾക്ക് അഥവാ ഗോത്രങ്ങൾക്ക് അവരുടേതായ മതങ്ങളുണ്ടായതായിരിക്കാം.”

“മിണ്ടാതിരിയവിടെ..” എന്നുപറഞ്ഞ് ടോണി അവളെ ആക്രമിച്ചു.

മിൻമിനി ജീവിതത്തെ ഏറെ സൂക്ഷ്മമായി നിരീക്ഷിക്കുവാൻ ശീലിച്ചുവരികയാണ്. തനിക്കുചുറ്റുമുള്ള ജലത്തിൽനിന്നും ജീവന്റെ തുടിപ്പിനായുള്ള പ്രാണവായുവിനൊപ്പം നിരവധി മൂല്യങ്ങളും അവൾ അറിഞ്ഞെടുത്തിരുന്നു. ജലം ദ്രവീകൃതമായ ഒരു പദാർത്ഥം എന്നതിനപ്പുറം ഒരുപാട് മൂല്യങ്ങളുടെ ഒരു കലവറ കൂടിയാണെന്ന് അവൾ വിശ്വസിച്ചു. ചുറ്റുവട്ടത്തുനിന്നും കടന്നെത്തുന്ന പ്രകമ്പനങ്ങളെല്ലാം ജലം അതിനുള്ളിൽ ഉൾക്കൊള്ളുന്നതായി അവൾ അറിഞ്ഞു. ജലത്തിന് വെളിയിൽനിന്നും ഉള്ള ഇടപെടലുകൾ സൃഷ്ടിക്കുന്ന തരംഗ രൂപത്തിലെ ചലനങ്ങൾ നോക്കി മോളി തന്റെ മത്സ്യാത്മകമായ നിഗമനങ്ങളിലെത്തി. മത്സ്യടാങ്കിന്റെ വെളിയിൽ ഉണ്ടായ ഓരോ അനക്കങ്ങളും അത്തരത്തിൽ ജലതരംഗങ്ങളായി മാറുന്നത് അവൾ കണ്ടെത്തി. മീനുകളുടെ വിശേഷപ്പെട്ട തലച്ചോറുകൾക്ക് ആ സന്ദേശങ്ങളെ വ്യക്തമായി വായിച്ചെടുക്കുവാനുള്ള കഴിവുണ്ട് എന്നവൾ അറിഞ്ഞ് അത്ഭുതപ്പെട്ടു.

“കഴിഞ്ഞ രണ്ടു ദിവസങ്ങളിൽ സമയ കലുഷിതമായ മനസ്സോടെയാണ് കഴിഞ്ഞത്. അവൾ സ്വയം നിർമ്മിച്ചെടുത്ത ജീവിതത്തിന്റെ അതിരുകൾ ചോദ്യം ചെയ്യപ്പെട്ടിരിക്കുന്നു. പോയ പതിനേഴു വർഷങ്ങളിലെ ജീവിതത്തിലെങ്ങും ഇത്രയും കഠിനമായ ഘട്ടങ്ങൾ കടക്കുക എന്ന ഗതി തനിക്ക് വന്നിട്ടില്ല എന്ന് അവൾ പലവട്ടം പരിതപിച്ചിരിക്കാം. അവളത് വലിയ വാശിയോടെ തന്നെ മനസ്സിൽ ഏറ്റിക്കഴിഞ്ഞു. തന്റെ

സ്വതന്ത്ര വിഹാരത്തെ ചോദ്യം ചെയ്ത അമ്മയുടെ നടപടികളെ ആവശ്യത്തിലേറെ പ്രാധാന്യത്തോടെ അവൾ കാണുന്നു." മിൻമിനി അത്രയും പറഞ്ഞു നിർത്തി ഡോളിയെ നോക്കി.

ഡോളി അവളുടെ കണ്ടെത്തലുകളെ അതിശയപൂർവ്വം കേട്ടു. ടോണി മാത്രം ആൺസഹജമായ ഒരു പരിഹാസത്തോടെ അവരെ നോക്കി.

"സൂനജ അവരുടെ ചില വ്യക്തിപരിചയങ്ങൾ ഉപയോഗിച്ച് മകളുടെ ദുർനടത്തയ്ക്ക് തട ഇടുവാൻ ശ്രമിക്കുന്നുണ്ട്. അത് കഴിഞ്ഞ ദിവസങ്ങളിൽ അവരുടെ സംസാരത്തിൽനിന്ന് നമുക്ക് ഊഹിക്കാവുന്ന കാര്യം മാത്രമാണ്." ഡോളി തുടർന്നു - "തോറ്റു കൊടുക്കുവാൻ മനസ്സില്ലാത്ത മകൾ അമ്മയെ തക്കതായ രീതിയിൽ തിരികെ ആക്രമിക്കുവാൻ ശ്രമിക്കുന്നുണ്ട്. ഒരുപക്ഷേ, അമ്മയുടെ ജാരസംസർഗ്ഗം അച്ഛനെ ഏതെങ്കിലും തരത്തിൽ അറിയിക്കുവാൻ തന്നെ അവൾ തുനിഞ്ഞേക്കും"

ആ ഊഹം ശരിയാണെന്ന് ഏതാനും മണിക്കൂറുകളിൽ തന്നെ തെളിയുകയുണ്ടായി.

രാത്രി ഏറെ വൈകിയെത്തിയ സുബാബു നല്ലവണ്ണം മദ്യപിച്ചിരുന്നു. അയാൾക്ക് കതക് തുറന്നുകൊടുത്തിട്ട് സൂനജ നേരിയ ഉറക്കച്ചടവോടെ മടങ്ങുവാൻ തുടങ്ങവെ അയാൾ അവളെ ഉറക്കെ വിളിച്ചു. ആ മുഴക്കം കേട്ടാണ് മത്സ്യങ്ങൾ മയക്കം വിട്ടുണർന്നത്.

"നോക്കൂ.. ഭാര്യയുടെ അപഥസഞ്ചാരങ്ങളെക്കുറിച്ച് അറിഞ്ഞു കഴിയുന്ന ഭർത്താവിന്റെ മുഖഭാവം." ഡോളി മറ്റുള്ളവരെ ആ കാഴ്ചയിലേക്ക് വിളിച്ചുണർത്തി. മനുഷ്യന്റെ ഇത്തരം ചില കാര്യങ്ങൾ വളരെ രസകരമാണ്. ഒരുത്തി അപഥസഞ്ചാരത്തിന് തുനിഞ്ഞിറങ്ങിയാൽ അത് ഏറ്റവും അവസാനം അറിയുന്നത് അവളുടെ ഭർത്താവ് എന്ന നിർഭാഗ്യവാൻ ആയിരിക്കും എന്നുകൂടി അവൾ കൂട്ടിച്ചേർക്കുകയുണ്ടായി.

സുബാബു ഭാര്യയെ അടിക്കുവാനുള്ള ആവേശത്തോടെ കൈ ഉയർത്തി. പക്ഷേ, നില തെറ്റിയ അയാൾ സെറ്റിയിൽ തറഞ്ഞിരുന്നു. സെറ്റി വലിയൊരു നിലവിളി ഉതിർത്തു. സൂനജ അയാളെ അവഗണിച്ച് ഉള്ളിലെ ഏതോ മുറിയിലേക്ക് കൂസലില്ലാതെ കയറിപ്പോയി.

മോളി വിചിത്രമായ ഒരു പ്രശ്നം അവിടെ അവതരിപ്പിച്ചു.

"പെണ്ണിന് മാത്രമായി അതിരുകൾ ഒരുക്കിയിടുന്ന ആൺപക്ഷക്കാരാണല്ലോ മനുഷ്യരുടെ കൂട്ടത്തിൽ. എന്തുകൊണ്ട് കാലഹരണപ്പെട്ട അത്തരം ചിന്തകളിൽ കുടുങ്ങുന്നതിൽനിന്നും മാറിച്ചിന്തിച്ചുകൊണ്ട് അവർക്ക് പുതിയ വർഗ്ഗമായി പരിണമിച്ചുകൂടാ... ഇപ്പോൾ നിങ്ങൾ കാണുന്ന കോലങ്ങളിൽനിന്ന് അവർക്ക് മാറുവാൻ ആകില്ലേ? ദേഹം നിറയെ യോനികളും നിരവധി ലിംഗങ്ങളുമായി ഉള്ള ഒരു വിചിത്രാകാരം തന്നെ അവന് വേണ്ടിവരും"

"പരിണാമം അത്രവേഗത്തിൽ നടക്കുന്നില്ല മോളീ.. അതിന് യുഗങ്ങൾ തന്നെ വേണ്ടിവരും."

അടുത്ത പകൽ ഉറഞ്ഞുവന്ന നേരംവരെ മുൻമുറിയിൽ പുതിയ

കോളിളക്കങ്ങൾ ഉണ്ടായില്ല. ചിന്നമ്മ പതിവുപോലെയെത്തി. വീട്ടുപണികൾ ആരംഭിച്ചു. സൂനജ മുൻമുറിയുടെ കോണിലെത്തി ആരെയോ ഫോണിൽ വിളിച്ച് അടക്കിപ്പിടിച്ച ശബ്ദത്തിൽ സംസാരിച്ചുകൊണ്ട് കുറെനേരം നില്ക്കുകയുണ്ടായി.

കോൺട്രാക്ടർ അർജ്ജുനൻ ആയിരുന്നു അന്ന് വെളിയിൽ നിന്നെത്തിയ ആദ്യത്തെ അതിഥി. അയാൾ സൂനജയെ പുകഴ്ത്തി സംസാരിച്ചു. ചേച്ചിയുടെ ഇഷ്ടത്തിനൊത്താണ് ഇവിടത്തെ സാറ് വീടിന്റെ മുഴുവൻ പണിയും ചെയ്യുന്നത് എന്നയാൾ പറഞ്ഞപ്പോൾ അവൾ ഉള്ളിൽ ചിരിച്ചു.

പണി വൈകുന്നതിന്റെ പേരിൽ ഇവിടത്തെ സാർ നിന്നേ തിന്നാൻ ഇരിക്കുകയാണ് എന്നവൾ പറഞ്ഞതുകേട്ട് അയാൾ വളിച്ച ചിരി മടക്കി.

"സാറ് ഒന്നും ചെയ്യില്ല ചേച്ചീ.. നല്ല ഒന്നാന്തരം ഗാന്ധിയൻ. ശരിക്കുമ്പറഞ്ഞാൽ നിങ്ങളു പണിയുന്ന ആ വീടിന് പറ്റിയ ഒരു പേര് ഞാൻ കണ്ടുവച്ചിട്ടുണ്ട്. സബർമതി. അതും ഈ വീടുപോലെ ഒരു ഗാന്ധിയാശ്രമം ആയിരിക്കും."

"ഉം. കൊള്ളാല്ലോ താൻ.." എന്നുപറഞ്ഞ് അവർ വീണ്ടും ചിരിച്ചു.

"ഞാനൊരു കലാകാരൻ കൂടിയാണെന്ന കാര്യം ചേച്ചിക്കറിയുവോ? ഒരു നല്ല ആർട്ടിസ്റ്റിനേ സത്യത്തിൽ ഒരു നല്ല വീട് പണിഞ്ഞെടുക്കാൻ കഴിയൂ. പിന്നെ എനിക്ക് ജോത്സ്യം അറിയാം. മുഖലക്ഷണം അറിയാം. ചൈനീസ് ജാപ്പനീസ് വാസ്തുവിദ്യകളറിയാം. അങ്ങനെ പലതും. ഇപ്പോൾത്തന്നെ ഈ മീൻടാങ്ക് വച്ച സ്ഥലം ശരിയല്ല. സ്വീകരണ മുറിയുടെ ആ വശത്ത് ഒരു ജലശേഖരം പാടില്ല."

മത്സ്യങ്ങൾ നടുക്കത്തോടെ കോൺട്രാക്റ്ററുടെ വാക്കുകൾ ശ്രവിച്ചു.

"അല്ലേലും നമുക്ക് ഒരു സ്ഥാനമാറ്റം നല്ലതാണ്. എത്ര നാളുകൾ ഇത്തരത്തിൽ ഒരേ കാഴ്ചകൾ കണ്ടു കഴിയുന്നു. ഈ പൊട്ടൻ കോൺട്രാക്റ്ററുടെ കള്ളവാക്കുകൾ കൊണ്ട് അത്രയെങ്കിലും ഗുണമുണ്ടായാൽ നല്ലതുതന്നെ." മിൻമിനി വെട്ടിത്തുറന്നു പറഞ്ഞു.

"ഞാൻ നിങ്ങളോട് മനുഷ്യരുടെ ഇത്തരം ചില വിശ്വാസങ്ങളുടെ കൗതുക വാർത്തകൾ ഇതുവരെ പറഞ്ഞിട്ടില്ലല്ലോ അല്ലേ?" ഡോളി അടിത്തട്ടിൽ കിടന്ന പരന്ന പാറയിൽ വയറുരസിക്കൊണ്ട് തുടർന്നു- "ദൈവ വിശ്വാസങ്ങളെപ്പോലെ മനുഷ്യന്റെ മറ്റൊരു രസകരമായ മനോവല്ക്കരണമാണ് അന്ധവിശ്വാസങ്ങളും. അവന്റെ ദൗർബല്യങ്ങൾ മുഴുവനും ഇത്തരം വിശ്വാസങ്ങളായി രൂപംമാറിവരുന്നുണ്ട്. കാരണങ്ങൾ തേടി കാരണങ്ങൾ തേടി അവൻ ചെയ്യുന്ന യാത്രകൾ എല്ലായ്പ്പോഴും ഇത്തരം വിശ്വാസങ്ങളുടെ കുറ്റിക്കാടുകളിൽ അവനെ കൊണ്ടെത്തിക്കും. അവിടെപ്പതിയിരിക്കുന്ന ദുർഭൂതങ്ങൾ മനുഷ്യർക്കുണ്ടെന്ന് വീമ്പിളക്കുന്ന വിജ്ഞാനത്തെ വെല്ലുവിളിച്ച് അവനെ കാലങ്ങൾ പുറകോട്ടടിക്കും."

സുബാബു കണ്ണും തിരുമ്മി കടന്നുവന്നു. ഭാര്യ ഉൾമുറിയിലേക്ക് പിൻവലിഞ്ഞു. നേതാവ് കോൺട്രാക്റ്ററെ കടുപ്പിച്ചൊന്നു നോക്കി.

"സാർ.. മണലു കിട്ടാനില്ലാത്തത് വലിയ പ്രശ്നമാണ്. സാറിന്റെ പണിയാണെന്നു പറഞ്ഞ് ഞാൻ കുറച്ചൊക്കെ സംഘടിപ്പിച്ചതാണ്. ഇപ്പോൾ തീരെ കിട്ടാനില്ല."

ഒരു ഗാന്ധിയനു ചേർന്ന മന്ദസ്മിതത്തോടെ നേതാവ് അവനെ നോക്കി.

"പുഴകളിൽ മണലുണ്ട്. അണക്കെട്ടുകളിൽ മണലുണ്ട്. അതൊക്കെ മാന്തിമാന്തി എടുക്കുന്നുണ്ട്. എന്നിട്ട് എന്റെ ഈ ചെറിയ വീടുപണിക്കു മാത്രം മണലില്ല അല്ലേ കോൺട്രാക്റ്ററേ..."

"കുഴിക്കെടാ കുഴിക്ക്. പുഴയും നദിയുമെല്ലാം വാശിപൂണ്ട് കുഴിക്ക്." ഡോളി കോപം അടക്കാനാവാതെ ചില്ലിൽ ആഞ്ഞുതട്ടി. "മനുഷ്യൻ ആർത്തിപൂണ്ട് പുഴകളുടെ അടിത്തട്ടുകൾ മാന്തിമാന്തി സ്വാഭാവിക നീരൊഴുക്ക് ഇല്ലാണ്ടാക്കുകയാണ്. മലിനജലം കെട്ടിക്കിടക്കുന്നു. നമ്മുടെ വർഗ്ഗമെല്ലാം ഇതിനൊക്കെ അനുഭവിക്കും. ഒടുക്കം മനുഷ്യരും. ആരും രക്ഷപ്പെടില്ല. ആരും... "

പതിമൂന്ന്

ചുവന്ന കണ്ണുകൾ തുറന്നുപിടിച്ച് കോടാലി വലത്തേ കണ്ണിനു കീഴെ മുറിവ് ഉണങ്ങിയുണ്ടായ വടുവിൽ വിരൽ ഓടിച്ചു രസിക്കുകയാണ്. ആ വടു സത്യത്തിൽ അയാളുടെ മുഖത്ത് ഒരു അലങ്കാരമാണ് എന്ന് ടോണി അഭിപ്രായപ്പെട്ടിരുന്നു. അയാളെ ആ മുറിയിൽ കാണുമ്പോഴൊക്കെ വല്ലാത്ത ഒരു ആധിയോടെ മിൻമിനി കല്ലുകളുടെ പിന്നിലേക്ക് വലിയും.

"ഇത് നമുക്ക് ഒരു ആഘോഷമായിട്ട് തീർക്കണം സുബാബുസാറേ. ഒരു തരിമ്പ് തെളിവ് പോലും എങ്ങും അവശേഷിക്കാതെ നമുക്ക് അത് ചെയ്യണം. എടോ കണ്ണൻ വർക്കീ...തന്റെ കരിയറിലെ ഒരു പൊൻതൂവലായിരിക്കും അത്." അയാൾ ഉറക്കെ ചിരിച്ചു.

കണ്ണൻ വർക്കിയും ഉറക്കെ ചിരിച്ചു. സുബാബു ചിരിയില്ലാത്ത മുഖവുമായി അഗസ്തിയെ നോക്കി. മദ്യത്തിന്റെ ചുവയുള്ള ചില തെറിവാക്കുകൾ അയാൾ ഉരുവിടുന്നുണ്ട് എന്ന സന്ദേഹത്തിൽ അഗസ്തി കാതു കൂർപ്പിച്ചു.

സ്വന്തം ഭാര്യയുടെ ജാരനെ വക വരുത്തുന്ന കാര്യമായതിനാൽ അയാളുടെ ഉള്ളിൽ അതിരുവിട്ട ഉത്സാഹമുണ്ട്. പക്ഷേ, അത് പുറത്തു കാണിക്കാതെ അയാൾ ബലം പിടിച്ചിരിക്കുകയാണ് എന്ന് ഡോളി കണക്കുകൂട്ടി പറഞ്ഞു. എന്തൊക്കെ ആയാലും അയാളുടെ തലയുടെ ഉള്ളിൽ ചില കുഴപ്പം നിറഞ്ഞ കണക്കുകൂട്ടലുകൾ നടക്കുന്നുണ്ട് എന്ന് അവൾക്ക് ഉറപ്പുണ്ട്.

"അവനെ നമുക്ക് വിചിത്രമായ രീതിയിൽ കഴുവേറ്റാം. മരിക്കുന്നതിന് മുമ്പ് അവനുള്ള കുറ്റപത്രം വായിച്ചു കേൾപ്പിക്കണം. അഗസ്തി

കുറ്റപത്രം ഒരെണ്ണം എഴുതിയുണ്ടാക്കണം." കണ്ണൻ വർക്കി തുടർന്നു. "മരിച്ചാലും അവന്റെ കാതുകളിൽ ചെയ്തുകൂട്ടിയ തിന്മകളുടെ അലയടികൾ ഉണ്ടായിരിക്കണം. പരലോകം വരേക്കും അവന്റെ പാപങ്ങൾ അവനെ പിന്തുടരട്ടെ.."

കോടാലി തന്റെ ഉണ്ടക്കണ്ണുകൾ മിഴിച്ചു. അയാൾ മത്സ്യപ്പെട്ടിയുടെ നേർക്ക് നോക്കി. മിൻമിനി കല്ലുകൾക്കിടയിലേക്ക് വീണ്ടും പാഞ്ഞു.

"ഒരു കള്ളക്കാമുകനെ കൊല്ലുന്നത് അയാൾ നയിച്ച ജീവിതത്തിൽ നിന്നുള്ള ഒരു ചെറുഭാഗം അടർത്തിക്കൊണ്ടാവണം." മുഴങ്ങുന്ന സ്വരത്തിൽ അയാൾ പറഞ്ഞു. "മരണമുഹൂർത്തത്തിലേക്ക് അയാൾ പതുങ്ങിപ്പതുങ്ങി നടന്നുവരണം. ആരും തന്നെ ശ്രദ്ധിക്കുന്നില്ല എന്ന് അവൻ വിശ്വസിക്കണം. അവന്റെ സ്വന്തം ശ്വാസഗതിയിൽപ്പോലും അവന് ഒരു കൈയടക്കം വന്നിരിക്കണം. ഇപ്പോൾ അവന്റെ രഹസ്യ കാമുകി മരണമാണ്. ആ കാമുകിയെ അവൻ ഇരുളിന്റെ മറയിൽ വന്ന് കെട്ടിയമരണം."

ഡോളി മോളിയോട് മെല്ലെ മൊഴിഞ്ഞു- "ഓരോ രഹസ്യക്കാരനും വിചാരിക്കുന്നത് തന്റെ ചലനങ്ങൾ മറ്റാരും അറിയുന്നില്ല എന്നുതന്നെയാണ്. ഈ ലോകം മുഴുവൻ അവനെ കാണുന്നു എന്ന കാര്യം അവൻ അറിയുന്നില്ല. ഇല്ലാത്ത ഒരു ഇരുട്ടിനെ അവൻ പുതച്ചിരിക്കുന്നു. ഇല്ലാത്ത ഒരു മറയുടെ പിന്നിൽ അവൻ ഒളിച്ചിരിക്കുന്നു. ആരെയെല്ലാം അവൻ കബളിപ്പിച്ചു എന്ന് കരുതുന്നുവോ അവരൊക്കെ അവനെ വീക്ഷിച്ചുകൊണ്ട് തുറന്ന കണ്ണുകളുമായി പിന്നാലെയുണ്ടാവും."

മോളി അത് സമ്മതിച്ചുകൊണ്ട് ഒരു സംശയം ഉരുവിട്ടു. "വെറും ശാരീരികമായ സംതൃപ്തി നേടുവാൻ മാനസികമായ ഇത്രയധികം സമ്മർദ്ദം ഏറ്റെടുക്കുന്നത് വഴി അവൻ എന്തുതരം ലാഭമാണ് നേടുന്നത്?"

അതൊന്നും മനുഷ്യന്റെ ആദ്യ പരിഗണനയിൽ വരുന്ന കാര്യമേയല്ല എന്ന് ആ മത്സ്യം പ്രതിവചിച്ചു. "കായികശക്തി നിർണ്ണായക ഘടകമായ മറ്റു ജീവികളുടെ ചര്യയിൽനിന്നും മനുഷ്യൻ ഏറെ മുന്നോട്ട് കടന്നുവല്ലോ മോളീ.. അവൻ ബുദ്ധിശക്തിയും ആയുധങ്ങളും ഉപയോഗിച്ചാണ് പോരടിക്കുന്നത്. ശാരീരികമായ സംതൃപ്തി എന്നത് അവന്റെ മാനസിക ഉല്ലാസത്തിന്റെ ഉപരതിയാണ് പലപ്പോഴും. അത് പാവം തിരിച്ചറിയുന്നില്ല."

"ഡോളീ.. നീ ഇങ്ങനെ വലിയ കാര്യങ്ങൾ ഏറെ പറയുന്നുണ്ടല്ലോ? എങ്കിൽ ഇതിന് ഉത്തരം തരുക. നമ്മെപ്പോലെ ഈ പ്രകൃതിയിൽ സൃഷ്ടിക്കപ്പെട്ട ഒരു ജീവവർഗ്ഗമല്ലേ മനുഷ്യർ. പക്ഷേ, അവന് യോജിച്ച രീതിയിൽ ചുറ്റുപാടുകളെ മാറ്റിമറിച്ചെടുക്കുവാൻ അവന് കഴിയുന്നു. അത്തരത്തിൽ അവർ മാത്രം അവരുടെ ഇഷ്ടത്തിന് ജീവിക്കുവാൻ സജ്ജമാക്കപ്പെട്ടത് എന്തുകൊണ്ട്? കൃത്യമായ ഒരു ഉത്തരം തരുവാൻ കഴിയുമോ?" ടോണി വെല്ലുവിളിച്ചു.

"അത് ഒരു രസകരമായ ചോദ്യമാണ്. ഉത്തരം അതിലും രസാവഹവും. മനുഷ്യർ പ്രകൃതിയെ പാകപ്പെടുത്തുന്നു എന്നത് നേരുതന്നെ.

പക്ഷേ, അത് ഒരിക്കലും അവന് ഗുണപരമായ രീതിയിൽ അല്ല. നമ്മുടെ പ്രകൃതിയിലെ ഏതു ജീവിയാണോ വിരുദ്ധമായ വഴിയിലൂടെ ചരിക്കുന്നത് ആ ജീവവർഗ്ഗം നാശപ്പെടും. വിരുദ്ധമായ മാർഗ്ഗങ്ങൾക്കായി അവൻ ഇല്ലാത്ത സിദ്ധാന്തങ്ങളെ കൂട്ടുപിടിക്കും. അതിനുള്ള നല്ല ഉദാഹരണങ്ങളാണ് മനുഷ്യരുടെ മതസിദ്ധാന്തവും ദൈവ വാദവും. അവർ തലമുറകൾകൊണ്ട് സൃഷ്ടിച്ചെടുത്ത അത്തരം വാദങ്ങളിലൂടെ അവരുടെ ക്രിയകളെ സാധൂകരിക്കുന്നു. ചടുലവും എന്നാൽ ബുദ്ധിശൂന്യവുമായ കാര്യങ്ങളിൽ വ്യാപരിക്കുന്നു. ഇത് വിജയം എന്ന് ടോണി കരുതുന്നതുപോലെതന്നെ അവരും തെറ്റിദ്ധരിക്കുന്നു. ഇതിൽപ്പരം കൃത്യമായ ഒരു ഉത്തരം എനിക്കില്ല. എന്തുകൊണ്ടെന്നാൽ ഞാൻ വെറുമൊരു മനുഷ്യനല്ല.”

ഇതിനകം തിടുക്കപ്പെട്ട് കുപ്പി തീർത്ത് സഭ പിരിഞ്ഞിരുന്നു. സുബാബുവിന് ഒരു യാത്ര ചെയ്യേണ്ടതുണ്ടായിരുന്നു. പെട്ടിയെടുത്ത് പുറത്തേക്ക് ഇറങ്ങുമ്പോഴും പദ്ധതികളൊന്നും ശരിയാകാതെപോയ അമർഷം സുബാബുവിന്റെ മുഖത്തുണ്ടായിരുന്നു എന്ന് മത്സ്യങ്ങൾ അടക്കം പറഞ്ഞു.

വൈകിട്ട് സൂനജയുടെ ഊഴമെത്തി.

സെറ്റി ഉറക്കെ കരഞ്ഞു. അതിൽ ആഴത്തിൽ അമർന്നിരുന്ന് സൂനജ ഫോണിൽ വിളിയുതിർത്തു. “അയാൾ ഏതായാലും രണ്ടു മൂന്നുദിവസം ഔദ്യോഗിക ആവശ്യത്തിന് ടൂറിലാണ്. ഷിനോജ്.. നീ വരുമോ? ഇവിടെ എല്ലാം കുഴഞ്ഞു കിടക്കുന്നു. ഇത് ലാസ്റ്റ് ടൈം ആയിരിക്കും. അതിനു ശേഷം നമ്മൾ സന്ധിക്കില്ല. ഏതായാലും നിനക്ക് ട്രാൻസ്ഫർ കിട്ടും. നീ ദൂരേക്ക് പൊക്കോളൂ..”

വികാരവിക്ഷോഭംകൊണ്ട് സൂനജ വിറയ്ക്കുന്നുണ്ടായിരുന്നു.

“ഇനി അവർ ഒരു നല്ല വീട്ടമ്മയായി കഴിയും. എന്നിട്ട് മകളെയും മറ്റുള്ളവരെയും ഉപദേശിക്കും. കുറ്റം പറയും. പിന്നെ ദൈവനാമം നിരന്തരം ചൊല്ലിക്കൊണ്ട് അവരുടെ മുൻകാലത്തെ മറച്ചുപിടിക്കും. വേലിചാട്ടക്കാരായ പരസ്ത്രീകളെ പരിഹസിച്ച് സംവാദങ്ങൾ നടത്തിയെന്നും വരും..” ടോണി പരിഹസിച്ചു.

ഡോളി ഒന്നും മിണ്ടാതെ അവനെ നോക്കി. ടോണി ചില്ലുപാളികളിൽ മുഖമുരച്ചു.

ഡോളി അടുത്തുവന്ന് പറഞ്ഞു – “മനുഷ്യസ്ത്രീകളുടെ മനസ്സിന് മത്സ്യങ്ങളുടെ കട്ടിയില്ല ടോണീ.. അവരുടെ ചിന്തകൾക്ക് ബലക്കുറവും വാക്കുകൾക്ക് ഉറപ്പില്ലായ്മയും ഏറെയാണ്. സാഹചര്യങ്ങൾക്ക് അനുസരിച്ച് വീമ്പുപറയുമെങ്കിലും ജീവിതത്തോട് അവർ കൃത്യമായി തോല്ക്കുന്നു. മരണത്തെ സ്വയം വരിക്കുന്നു. ആത്മഹത്യ വിജയകരമായി ചെയ്യുവാൻ കഴിയുന്ന ഏക ജീവിയും ഭൂമിയിൽ മനുഷ്യരാണ്. സൂനജ ആ വഴി തെരഞ്ഞെടുക്കുമെന്ന് ഞാൻ പ്രവചിച്ചെങ്കിലോ?”

ടോണി അവളെ തടഞ്ഞു. ആ സ്ത്രീ മരിക്കണ്ട എന്ന് അവൻ

നിലവിളി ഉതിർത്തു.

അത്തരത്തിൽ എന്നും മനുഷ്യൻ തോറ്റിട്ടേയുള്ളൂ.. എന്ന് ഡോളി വീണ്ടും അവനെ ഓർമ്മപ്പെടുത്തി.

ടോണി അവൻ സങ്കല്പത്തിലൂടെ പണിത ജലകുടീരങ്ങളുടെ ഇടയിലൂടെ ഊളിയിട്ടുകൊണ്ട് ഉറക്കെ പ്രഖ്യാപിച്ചു–

"സൂനജയെ എനിക്ക് ഇഷ്ടമാണ്. ഒരു മത്സ്യത്തിന് മനുഷ്യ സ്ത്രീയെ പ്രണയിച്ചാൽ എന്താണ് കുഴപ്പം? ഞാൻ അവളെ പ്രണയിക്കുന്നു. അവളുടെ കണ്ണുകളിൽ ഒരു ഇണമീൻ പിടയുന്നുണ്ട്. അവളുടെ വെളുത്ത തൊലിപ്പുറത്തിന് ചെതുമ്പലുകളേക്കാൾ മിനുസമുണ്ട്. ഭൂമിയിലെ സർവ്വ ജീവികളുടെ സുന്ദരമായ ദേഹഭാഗങ്ങളിൽ വെച്ച് ഏറ്റവും കമനീയമായത് മനുഷ്യപ്പെണ്ണിന്റെ മുലകൾ തന്നെയാവും. ഈ ജലകുടീരത്തിൽനിന്ന് സ്വതന്ത്രമായി എനിക്ക് അവളുടെ മുലകൾക്കിടയിൽ ചെന്ന് കിടന്ന് പിടയ്ക്കണം. അങ്ങനെ എനിക്ക് മരിച്ചാൽ മതി."

"ഇത് ഭ്രാന്തുതന്നെ." മറ്റേതോ മത്സ്യം പിറുപിറുത്തു.

ജലരാഷ്ട്രത്തിന്റെ ചില്ലതിരുകൾ തീർക്കുന്ന ഭൗതികമായ വിസ്താരത്തേക്കാൾ എത്രയോ സങ്കുചിതമാണ് മനുഷ്യൻ അഹങ്കാരത്തോടെ കാട്ടുന്ന വലിയ ഭൂഖണ്ഡങ്ങൾക്ക്പോലും ഉള്ളത് എന്ന് ഡോളി പല തവണ പ്രഖ്യാപിച്ചതാണ്. ഉള്ളുകൊണ്ട് ഇടുങ്ങിയ ചിന്താഗതികൾ ഉള്ള ജീവികളുടെ കൂട്ടത്തിൽ ഏറ്റവും മുമ്പിൽ മനുഷ്യർ ഉണ്ടാവുമെന്ന് അവൾ വിശ്വസിച്ചു. മറ്റു ജീവികളുടെയെല്ലാം അടിസ്ഥാന ഭാവങ്ങൾ അന്തർല്ലീനമായി ഉണ്ടെങ്കിലും അവർ ഉന്നതരാണ് എന്ന് ഭാവിക്കുവാൻ ബഹുമിടുക്കർ എന്ന് മനുഷ്യ വംശത്തെ അവൾ ഭർത്സിച്ചു. അത്തരം ഒരു മനുഷ്യസ്ത്രീയെ പ്രണയിക്കുവാൻ മാത്രം തരം താഴ്ന്ന ഒരു മത്സ്യം ഈ രാഷ്ട്രത്തിനു തന്നെ കളങ്കമാണ് എന്ന് അവൾ തുറന്നു പറഞ്ഞു.

പതിനാല്

"വധശിക്ഷ നിരോധിക്കണമെന്ന് ഉറക്കെ വിളിച്ചുപറഞ്ഞ് ഞങ്ങൾ ഒരു റാലി സംഘടിപ്പിക്കുന്നു. കുറ്റവാളികളെയും മനുഷ്യരായി കാണണമെന്നാണ് ഞങ്ങൾ ആവശ്യപ്പെടുന്നത്. സുബാബുസാറു വേണം ഞങ്ങളുടെ റാലി ഫ്ളാഗ് ഓഫ് ചെയ്യുവാൻ."

ആജീവനാന്ത തടവിനേക്കാൾ വധശിക്ഷയ്ക്ക് മഹത്ത്വമില്ല, കുറ്റവാളിക്ക് ജീവിക്കുവാൻ അവകാശമുണ്ട് തുടങ്ങി നിരവധി കാര്യങ്ങൾ അയാൾ ഒരു റേഡിയോ പ്രവർത്തിപ്പിച്ച മട്ടിൽ പറഞ്ഞുകൊണ്ടിരുന്നു.

"അയാളുടെ ആവേശം കണ്ടാൽ തോന്നും അയാൾ വധശിക്ഷയുടെ വിധിയും പേറി അന്ത്യനാളുകൾ എണ്ണുകയാണെന്ന്." മിൻമിനിയോടായി ടോണി പറഞ്ഞു.

"വധശിക്ഷ വ്യക്തിയെ ഇല്ലാതാക്കലാണ്. കുറ്റവാളി തന്റെ ശബ്ദത്തിൽ പിന്നീട് ഒരു തരത്തിലുള്ള ന്യായീകരണവും നടത്തുവാൻ

പറ്റാത്തവണ്ണം എന്നെന്നേക്കുമായി നിശ്ശബ്ദനാകുന്നു. നാളെ മനുഷ്യരുടെ കോടതിയെടുത്ത തീരുമാനം ശരിയല്ല എന്നുവന്നാൽ പിന്നെ ഒരിക്കലും തിരുത്താൻ കഴിയാത്ത വിധിയാണ് അത്.." ഡോളി മറ്റ് മത്സ്യങ്ങളോട് വിവരിച്ചു.

"ഓരോ ജീവിക്കും ജീവിക്കുവാൻ അവകാശമില്ലേ? കൊന്നാൽ പാപം തിന്നാൽ തീരുമെന്ന് പറഞ്ഞ് മത്സ്യഭോജനം ചെയ്യുന്നവൻ കുറ്റവാളിയുടെ ജീവിതാവകാശത്തെക്കുറിച്ച് സംസാരിക്കുന്നു." എന്ന് ടോണി കുറ്റപ്പെടുത്തി.

മോളി മെല്ലെ മൊഴിഞ്ഞു– "മനുഷ്യൻ ചിന്തിക്കുന്നു. അവൻ തീരുമാനിക്കുന്നു. അവൻ ചെയ്യുന്നു. മറ്റൊരു ജീവിയെയും അവൻ പരിഗണിച്ചിട്ടില്ല."

മുറിയുടെ കോണിലെ തീൻമേശയുടെ അരികിലിരുന്ന സൂനജ തല ഉയർത്തി–"കുറേപ്പേരെ കൊല്ലുവാൻ ഒരുങ്ങി നില്ക്കുന്ന ഒരാളെ നിങ്ങൾ തരം നോക്കി വെടിവച്ചിടില്ലേ? അതും വധമല്ലേ? ആ നേരം നിങ്ങൾ ഇരയുടെ സുരക്ഷയെക്കുറിച്ചുമാത്രമല്ലേ ചിന്തിക്കാറുള്ളത്. കൊലപാതകത്തിന് മുതിരുന്നവന്റെ മനുഷ്യാവകാശത്തെക്കുറിച്ച് എന്തുകൊണ്ട് ചിന്തിക്കുന്നില്ല.. അല്ലെങ്കിൽ... കൊലപാതകിയുടെ മനുഷ്യാവകാശം ഇരയുടെ അവകാശത്തേക്കാൾ ചെറുതാണ് എന്നതാണോ? "

"മാഡം.. ഭരണകൂടത്തിന്റെ ചില ഉപകരണങ്ങളാണ് വിചാരണയും വധശിക്ഷയുമെല്ലാം. അത് ഉയർത്തിക്കാട്ടി ഭരണകൂടം പ്രജകളെ വിരട്ടുകയാണ്. ഭീതിയുടെ മുൾമുനയിൽ നിർത്തി ഭരണകൂടത്തിന്റെ ഇഷ്ടങ്ങൾ സാധിച്ചെടുക്കുവാനുള്ള ഏറ്റവും നല്ല ഉപാധികളിൽ ഒന്നാണ്. അതിനെ നമ്മൾ നിയന്ത്രിക്കണം. അതിനാണ് ഞങ്ങളുടെ ശ്രമം. സുബാബുസാറിനെപ്പോലെ സമാധാനത്തിന്റെ സന്ദേശവാഹകനായ ഒരാൾ മുന്നിലുള്ളത് ഞങ്ങൾക്ക് വലിയ സഹായമാകും."

ജയിലറകൾ കുറ്റവാളികളെ മാനസാന്തരപ്പെടുത്തുവാൻ വേണ്ടിയുള്ളതാണ്. അല്ലാതെ കുറ്റവാളികളെ പീഡിപ്പിച്ച് അവസാനം ഇല്ലാതാക്കുവാൻ ഉള്ളതല്ല എന്ന് സുബാബു പറഞ്ഞു.

കൊടും കുറ്റവാളികൾ ഒരിക്കലും മാനസാന്തരപ്പെടില്ല എന്ന് സൂനജ തിരിച്ചടിച്ചു. ജയിലറകളിലെ ജീവിതം അവരെ മനുഷ്യരിൽനിന്ന് കൂടുതൽ അകറ്റിക്കൊണ്ടുപോകും. സഹതടവുകാരുമായുള്ള ഇടപെടൽ അവരെ കൂടുതൽ മോശമാക്കുവാൻ ഉതകും. ജയിലറകളിലാണ് മനുഷ്യാവകാശലംഘനം ഏറ്റവും അധികം നടക്കുന്നതെന്ന് അവൾ കൂട്ടിച്ചേർത്തു.

"കുറ്റവാളികളെ ആജീവനാന്തം തീറ്റിപ്പോറ്റുന്നതിന്റെ ചെലവുകൾ ആര് വഹിക്കും? അതും ഭരണകൂടം തന്നെ വഹിക്കേണ്ടിവരുന്നില്ലേ?" അവൾ ചോദിച്ചു.

"നികുതിപ്പണം മറ്റെത്രയോ വിധത്തിൽ ധൂർത്ത് ചെയ്യപ്പെടുന്നു! വധശിക്ഷ നടപ്പാക്കി കുറ്റവാളികളെ ഹനിച്ചതുകൊണ്ട് ഒരു ഖജനാവും നന്നാകില്ല.." അയാൾ വിയർത്തു.

സൂനജയെ മറികടന്ന് താൻ റാലിയിൽ പങ്കെടുക്കുവാൻ എത്തിക്കോളാം എന്ന് ഉറപ്പുകൊടുത്ത് സുബാബു ആഗതനെ പറഞ്ഞയച്ചു.

“ഒരു സമാധാനത്തിന്റെ ദൂതൻ..” സൂനജ ചുണ്ടുകോട്ടി ഭർത്താവിനെ പരിഹസിച്ചു.

“നീ ഇത്തരത്തിൽ എന്റെ കാര്യങ്ങളിൽ ഇടപെടരുത്..” അയാൾ താക്കീതുചെയ്തു.

എല്ലാ സമാധാന പ്രവർത്തകരുടെ വീട്ടിലും ഇത്തരം സമാധാനക്കേടുകൾ ഉണ്ടാകുമെന്ന് ഡോളി പറഞ്ഞത് അപ്പോഴാണ്. അവർ ഇതുപോലെയുള്ള ചടങ്ങുകളിൽ വെളുക്കെ ചിരിച്ചുകൊണ്ട് സംസാരിക്കും. അക്രമത്തിനും അഴിമതിക്കും എതിരെ പ്രസംഗിക്കും. എന്നിട്ട് ഇരുളിന്റെ മറവിൽ കൊള്ളിവെപ്പും കൊലപാതകങ്ങളും നടത്തും. മറ്റു മൃഗങ്ങൾ നിലനില്പിനായി പൊരുതുമ്പോൾ മനുഷ്യർ ലക്ഷ്യമില്ലാതെ ആയുധങ്ങൾ തൊടുക്കുന്നു. അവന് മുന്നിൽ ഒരു ശത്രു വേണമെന്നു തന്നെയില്ല. പലപ്പോഴും ശത്രുവിനെ തിരിച്ചറിയാനാവാതെ അല്ലെങ്കിൽ കണ്ടുമുട്ടാനാവാതെ കുഴയുന്ന ആയുധം തന്നിഷ്ടത്തിന് നാശം വരുത്തുവാൻ തുനിഞ്ഞെന്നിരിക്കും.

ചില്ലുകൂട്ടിലെ ക്ലിപ്തമായ വെള്ളത്തിൽ അലയുന്ന ജീവികൾ എങ്ങനെയാണ് വിശാലമായ ലോകത്തെക്കുറിച്ച് സ്വപ്നം കാണേണ്ടതെന്ന് വീണ്ടും മറ്റൊരു മത്സ്യം സംശയം പ്രകടിപ്പിച്ചു.

ലോകം എത്ര ചെറുതെങ്കിലും അത് സ്വാഭാവിക ചുറ്റുപാടു തന്നെയെങ്കിൽ അതിരുകൾ യാതൊരു ഭീഷണിയും ഉയർത്തുകയില്ല എന്ന് ഡോളി അറിയിച്ചു. ഓരോ ജീവിയും അതിന്റെ ചുറ്റുപാടുകളിൽ ചില അടയാളങ്ങൾ കോറിയിടുന്നുണ്ട്. ആ അടയാളങ്ങളിൽനിന്ന് ജീവി തന്റെ ചുറ്റിടങ്ങളിൽ ഇണങ്ങിയിട്ടുണ്ടോ എന്ന് അറിയുവാൻ കഴിയും.

“നിന്റെ തത്ത്വങ്ങളൊന്നും മനുഷ്യർക്ക് ബാധകമല്ല ഡോളീ... അവൻ എത്ര മികച്ച പര്യാപ്തതയിലും തന്റെ ചുറ്റുപാടുകളെ ഉപേക്ഷിച്ച് പോകും.” എന്ന് ടോണി വെല്ലുവിളിച്ചു.

അവൾ അതിന് മറുപടി പറഞ്ഞില്ല. പകരം തണുത്ത ചില്ലുകളിൽ ചുണ്ടുകൊണ്ട് ആഞ്ഞിടിച്ചു.

“ഭിത്തികളിൽ അടയാളപ്പെടുത്തിയിരിക്കുന്ന ചിഹ്നങ്ങൾ പറയുന്നതാണ് ഈ വീടിന്റെ സ്വത്വം. അവൻ പുലരുന്ന എല്ലായിടങ്ങളിലും അത്തരത്തിലുള്ള ചില അടയാളങ്ങളെ മനുഷ്യർ കോറിയിട്ടിരിക്കും. അവന്റെ ചേഷ്ടകളും വിചിത്രമായ ഭാവനകളുമൊക്കെ അതിൽ ഉണ്ടായിരിക്കും.”

എത്ര സൂക്ഷിച്ചു നോക്കിയിട്ടും അത്തരം അടയാളപ്പെടുത്തലുകൾ കാണുവാൻ കഴിയാതെ മിൻമിനി കുഴഞ്ഞു. അവൾ സംശയത്തോടെ ഡോളിയെ നോക്കി.

മിനുസമുള്ള ഭിത്തികളിൽ ഇളംനിറമല്ലാതെ മറ്റൊന്നും കണ്ടില്ല.

“നമ്മുടെ രാഷ്ട്രത്തിൽ വധശിക്ഷ കൊണ്ടുവരണം. മനുഷ്യരെ

പുകഴ്ത്തുന്ന കുറ്റത്തിന് ഇവിടെ ചിലർ ശിക്ഷിക്കപ്പെടണം." ഡോളി തുടർന്നു- "അതുപോലെ കുറ്റകരമായ മൗനത്തിനും ശിക്ഷ വേണം."

"എങ്കിൽ ആദ്യം ചാവുന്നത് അനാവശ്യമായ ചിന്തകളിൽ ചരിക്കുന്ന നീയാവും" ടോണി അവളെ ആക്രമിക്കുവാൻ ഒരുങ്ങി.

"എനിക്ക് നിന്നെ തരിമ്പും ഭയമില്ല മുട്ടാളൻ മത്സ്യമേ."

"ഇവിടെ എല്ലാവർക്കും എല്ലാവരെയും ഭയമുണ്ട്. അതാണ് ചിട്ടകളുള്ള രാഷ്ട്രത്തിന്റെ ന്യൂനത. ഞാൻ മനുഷ്യരുടെ നിയമങ്ങളെ ഇഷ്ടപ്പെടുന്നു. ഉച്ചനീചത്വങ്ങളിലൂടെ, അടിച്ചമർത്തലുകളിലൂടെ അവൻ രാഷ്ട്രത്തിനെ മുന്നോട്ട് നയിക്കുന്നു. അല്ലാതെ തികഞ്ഞ സന്മാർഗ്ഗത്തിലൂടെ ഭിന്നമായി ചിന്തിക്കുന്ന ജനതയെ ഒന്നിച്ചു കൊണ്ടുപോകുവാൻ ഭരണാധികാരികൾക്ക് എളുപ്പമല്ല."

"എനിക്ക് ആ കുട്ടിയെക്കൂടി ഭയമാണ്. അവളുടെ കണ്ണുകളിൽ കുട്ടിത്തമല്ല. പകയുണ്ട്. എന്തിനോടോ ഉള്ള വെറുപ്പുണ്ട്." മിൻമിനി പരിതപിച്ചു.

"മിൻമിനീ... നിനക്ക് ഈ വീട്ടുകാരെ മുഴുവൻ ഭയമാണല്ലേ ?" മോളിയുടെ ചോദ്യം അർത്ഥവത്താണ്. പക്ഷേ, എല്ലാവരെയും മിൻമിനിക്ക് ഭയമില്ല. ഭക്ഷണം മുടങ്ങാതെ ടാങ്കിലേക്ക് തൂവിക്കൊടുക്കുന്ന ചിന്നമ്മയെ പക്ഷേ, അവൾക്ക് ഇഷ്ടമാണ്. കൃത്യസമയത്ത് അവർ ടാങ്കിൽ വായു കലർത്തുവാനുള്ള യന്ത്രം പ്രവർത്തിപ്പിക്കും. ഭക്ഷണത്തരികൾ ഇട്ടുകൊടുക്കും. നാലു മത്സ്യങ്ങൾക്ക് കൃത്യമായി വയർ നിറയ്ക്കുവാനുള്ള ഭക്ഷണം.

മുറിയിലെ തണുത്ത വിജനതയിലേക്ക് സ്വപ്നാടനത്തിലെന്നപോലെ സമയ കടന്നുവന്നു. ഇരുണ്ട വെട്ടത്തിന് ഇണങ്ങുന്ന അവളുടെ മാർജ്ജാരനടത്ത രസാവഹം തന്നെ എന്ന് മിൻമിനി സ്വയം ബോധിച്ചു. അവളുടെ മുഖത്ത് അടിഞ്ഞുകൂടിയ ഉറക്കത്തിന്റെ ചില ഉപോല്പന്നങ്ങളിൽ മിൻമിനിയുടെ കണ്ണുരസി. സമയ സെറ്റിയുടെ കരച്ചിലിൽ ഒതുങ്ങി. ഭിത്തിയിലെ കലണ്ടറിൽനിന്ന് കൊഴിഞ്ഞു വീണ അക്കങ്ങളിൽ അവളുടെ നീർക്കെട്ടുള്ള കണ്ണുകൾ ചുറ്റിനടന്നു. അവളുടെ കൈയിലെ സ്മാർട്ട് ഫോണിൽ വിരൽ തോണ്ടൽ തുടങ്ങി.

അല്പനേരം കഴിഞ്ഞ് അവൾ ഫോണിനോട് പറഞ്ഞുതുടങ്ങി. ഫോൺ കാതുകൾ തുറന്ന് സമയയുടെ വചനങ്ങൾ ശ്രദ്ധിച്ചുകേട്ടു.

"കുറച്ചുനാൾ മുമ്പ് ക്ലാസിലെ അവസാന പീരീഡിൽ വച്ച് ആരോമൽ എന്നൊരുവൻ എനിക്ക് ഒരു അടയാളം തന്നു. അത് തിരിച്ചറിയുവാൻ എളുപ്പമായിരുന്നു. ആരോമലിനെപ്പോലെ ഒരുത്തൻ സത്യത്തിൽ എന്റെ ക്ലാസിൽ വേറെയില്ല. അവൻ ഒരു മാടൻ ആണ്. ഉറച്ച തൊലിയും കട്ടിമീശയും പറ്റെ വെട്ടിനിർത്തിയ തലമുടിയും ഉള്ളവൻ. അവന്റെ പ്രൈവറ്റ് പ്ലേസ് എങ്ങനെയുണ്ടായിരിക്കും എന്ന് ഒരു കൗതുകചിന്ത സത്യത്തിൽ എന്നിൽ മുളയിട്ടിരുന്നു."

മിൻമിനി ചുറ്റും നോക്കി. ജലജന്യമായ ആലസ്യത്തിൽപ്പെട്ട് ഉറക്കമാണ് ഡോളിയും ടോണിയും. അവരെ ഉണർത്തുവാൻ അവൾ വെറുതെ

കൊതിച്ചു. എങ്കിലും ആസന്നമായ അപകടങ്ങൾ ഒന്നുമില്ലാത്ത നിലയ്ക്ക് അത്തരം ഒരു ഉണർത്തൽ നിയമവിരുദ്ധമാകും എന്ന് അവൾ ഓർത്തു. മോളി വലിയ കാര്യമെന്തോ ആലോചിച്ച് അനക്കമറ്റ് നില്ക്കുന്നു. അവളെ വിളിച്ചുകാണിച്ചിട്ട് കാര്യമില്ലല്ലോ? മിൻമിനി ചില്ലുപാളിയിലേക്ക് കൂടുതൽ ചേർന്നുനിന്ന് സമയയെ നോക്കി.

ലിപികളില്ലാത്ത അടയാളങ്ങൾ ഈ പ്രായത്തിലുള്ള കുട്ടികൾക്ക് എളുപ്പം മനസ്സിലാവും എന്ന് ആ മത്സ്യം കൗതുകം പൂണ്ടു. സമയയുടെ ചുണ്ടുകളെ പിന്തുടരുന്ന ആ സ്മാർട്ട് ഫോണിനെ മിൻമിനി കൊതിയോടെ നോക്കി. ഇതൊന്നും അറിയാതെ സമയ ഫോണിനോട് കൊഞ്ചൽ തുടർന്നു.

“ആരോമലിന്റെ കഥ രസകരമായിരുന്നു. പ്രോഡക്ട് ഫ്രം എ തേഡ് ക്ലാസ് ചേരി. ഞാൻ പിന്നീട് ഒന്നുരണ്ടുവട്ടം അവന്റെ ചേരിയിൽ പോയി. എ ഡെർട്ടീ പ്ലേയ്സ്.. അവിടെ ഗ്രൂം ചെയതു വന്നതാണ് അവൻ. എങ്കിലും എന്നെപ്പോലെ ഒരു ഫീമേലിന്റെ റിക്വയർമെന്റ് അവന് അറിയാം. പെൺകൂട്ടത്തിൽ അവന്റെ കണ്ണുകൾ എന്നെ കൃത്യമായി മാർക്ക് ചെയ്തു. അതേപ്പറ്റി തുറന്നു സമ്മതിക്കുവാൻ അവനു മടിയുണ്ടായില്ല. അവൻ കാമുകിമാർക്ക് ഒരു നല്ല കാമദേവൻ ആയിരുന്നു. അതിനപ്പുറം പ്രണയിക്കുവാനൊന്നും സമയം കളയുവാൻ തയ്യാറല്ലാത്തവൻ. ആൾസോ ഹി നീഡ്സ് മണി. അത് ആദ്യം തന്നെ അവൻ പറഞ്ഞു. ഒരു ടേമിന് വൺ കെ മണി. സില്ലി മാൻ.. ബട്ട് ക്രേസി. മാടൻ... മുട്ടാളൻ.”

മിൻമിനി അവൾ അതെല്ലാം തന്നോടാണ് പറയുന്നത് എന്ന മട്ടിൽ തല ഇളക്കി.

“അവൻ പഠിക്കാനുള്ള പണം അങ്ങനെയാണ് കണ്ടെത്തുന്നതത്രേ.. അത് ഒരു ഗുഡ് ഐഡിയ ആണെന്ന് എനിക്കും തോന്നി. ഞാൻ അവന് കൂടുതൽ പണം നല്കുവാൻ തയ്യാറായി. പൊടുന്നനെ എനിക്കറിയാത്ത ഏതോ കാരണത്താൽ അവൻ എന്നെ വിട്ടു. ഇപ്പോൾ എന്നെ കണ്ടാൽ മുഖം തിരിക്കും. എന്റെ ഫോൺ അറ്റൻഡ് ചെയ്യില്ല. അവന് ഒരാളോട് മാത്രമായി ബന്ധം നിലനിർത്തുവാൻ താല്പര്യമില്ലപോലും. റാസ്കൽ...”

സമയ മുഖം പൊത്തിയിരുന്ന് കരഞ്ഞു. സൂനജ വന്ന് വിളക്ക് തെളിച്ചപ്പോൾ മകൾ സെറ്റിയിൽനിന്ന് മുഖം പൊത്തി എഴുന്നേറ്റ് ഓടി. അവർ സംശയം ഒഴിയാത്ത മുഖത്തോടെ മകൾ പോയ വഴിക്ക് നോക്കി. പിന്നെ മുൻവാതിലിന്റെ കൊളുത്തുകൾ പരിശോധിച്ചു. കുറച്ചുനേരം എന്തോ ആലോചിച്ച് ഒന്നും ഉരിയാടാതെനിന്ന ശേഷം അവർ കിടപ്പറയിലേക്ക് മടങ്ങി.

മിൻമിനി വിചിത്രമായ ചില കാര്യങ്ങളെക്കുറിച്ച് ചിന്തിച്ചുകൊണ്ട് ജലസഞ്ചാരം തുടർന്നു. മനുഷ്യസമൂഹം സദാചാരമെന്ന പേരിൽ കല്ലിട്ടുറപ്പിച്ചുനിർത്തിയ കൊടിമരങ്ങളിലെ കൂറകൾ പാറുന്നത് വർഷങ്ങളായി കാലം ഒരുക്കിയെടുത്ത ചില കാറ്റുവീശലുകൾ കൊണ്ടുമാത്രമാണ് എന്ന് അവൾ സ്വയം പറഞ്ഞു. കാലാകാലങ്ങളിൽ സാമൂഹിക ജീവിതത്തിന്

വന്നുചേർന്ന മാറ്റങ്ങൾ അത്തരം അനുകൂലമായ കാറ്റുകൾ പുറപ്പെടുവിക്കുകയായിരുന്നു എന്ന് അവൾ കണ്ടെത്തി. അവൾക്ക് അതൊക്കെ ഡോളിയെ വിളിച്ചുണർത്തി പറയണം എന്നുണ്ടായിരുന്നു. ഇരുട്ട് പരന്ന മുറിയിലേക്ക് അവൾ ശ്രദ്ധ തിരിച്ചു.

ഒരു അഭൗമ വസ്തുവിനെപ്പോലെ മൂന്നുപേർക്ക് സുഖമായി ഇരിക്കുവാൻ കഴിയുന്ന സെറ്റി ഇരുട്ടിൽ പതുങ്ങിക്കിടപ്പുണ്ട്. ഇത്തിരി വെട്ടം തൂകി ഒരു മിന്നാമിന്നി മുറിയിലെ ഇരുട്ടിൽ റോന്ത് ചുറ്റുന്നത് അവൾ ശ്രദ്ധിച്ചു. അത് പറന്ന് പ്രതിമയുടെ ഉച്ചിയിൽ ചെന്നിരുന്ന് ആ ലോഹത്തലയിൽ ചെറുതിളക്കം ഉണർത്തി.

പതിനഞ്ച്

ഉള്ളിലെവിടെയോ വൃദ്ധന്റെ ശുശ്രൂഷകളിൽ മുഴുകിയിരുന്ന റാണി പുറത്തുനിന്ന് ആരോ കതക് തുറന്ന് കയറിവന്നത് അറിഞ്ഞിരിക്കില്ല. മുൻമുറിയുടെ താക്കോൽ കൈവശം ഉള്ളവർക്ക് മാത്രമേ അത്തരത്തിൽ പ്രവേശിക്കുവാൻ കഴിയുള്ളു.

മുൻമുറിയിൽ കടന്നുകയറിയ ആളെ കണ്ട് മിൻമിനി ഭയന്നു. കല്ലുകൾക്കിടയിൽ തനിക്ക് ഉണ്ടെന്ന് വിശ്വസിക്കുന്ന സുരക്ഷിതസ്ഥലത്തിൽ അവൾ ഒളിച്ചു. മുഖത്ത് വടുക്കളുള്ള ആ ഭീകരൻ ഒരു അനക്കം പോലും ഉണ്ടാക്കാതെ കതക് തുറന്നടച്ചു.

കൊലപാതകത്തിനും ബലാത്സംഗത്തിനും ഒട്ടും അറപ്പില്ലാത്ത കോടാലി. ബാല്യം വിട്ടുപോകും മുമ്പേ ക്രൂരകൃത്യം ചെയ്ത് വാർത്തകളിൽ ഇടം നേടിയ അവൻ, ഉയർത്തിപ്പിടിച്ച തലയുമായി തീരെ കൂസലില്ലാതെ ഏതോ ഉൾമുറിയിലേക്ക് കടന്നു.

അവന്റെ ഷൂസിൽനിന്നും തറയിൽ പതിഞ്ഞ നേരിയ പൊടിയടയാളം അവിടെ തെളിഞ്ഞു കാണാം എന്ന് മിൻമിനി കണ്ടുപിടിച്ചു.

ഡോളി സൂചിപ്പിച്ചു - “ജലത്തിലെ ചലനങ്ങൾ തിരിച്ചറിയുക എന്നത് വന്യമായ പരിസരങ്ങളിൽ മരുവുന്ന മത്സ്യങ്ങളുടെ ഏറ്റവും കുറഞ്ഞ ആവശ്യങ്ങളിൽ ഒന്നാണ്. കാട്ടിലെ മൃഗത്തിന്റെ വിശേഷപ്പെട്ട കഴിവാണ് അത്. വീട് അനുയോജ്യമായ ഇടമാകുമ്പോൾ വീട്ടിലെ അംഗങ്ങൾക്ക് അവിടെ കടന്നുകയറുന്ന അപകടകാരികളെ തിരിച്ചറിയുവാൻ കഴിഞ്ഞു എന്നുവരില്ല. പക്ഷേ, വേലക്കാരി വീടിന്റെ ഒരു തുടർച്ചയല്ല, കൂട്ടിച്ചേർക്കലാണ്. അതിനാൽ അവൾക്ക് വിശേഷപ്പെട്ട സിദ്ധി കൂടിയേതീരൂ.”

അവൾ ഒന്നു നിർത്തി മുറിയിലേക്ക് ഉറ്റുനോക്കിക്കൊണ്ട് തുടർന്നു-

“വലിയ ജലാശയങ്ങളിലെ മത്സ്യങ്ങൾക്ക് വളരെദൂരെയുള്ള അനക്കങ്ങൾ പോലും തിരിച്ചറിയുവാനുള്ള സിദ്ധിയുണ്ട്. കരയിലെ ആനകൾ വളരെദൂരെയുള്ള ഗന്ധങ്ങൾ തിരിച്ചറിയുന്നപോലെയാണ് അത്. എന്നാൽ മനുഷ്യന് ആ കഴിവ് നഷ്ടപ്പെട്ടുകൊണ്ടിരിക്കുന്നു. ഓരോ പുതിയ

തലമുറയിലേക്ക് എത്തുമ്പോഴും അത് കുറഞ്ഞുവരുകയാണ്. ഇന്ന് അവന് തൊട്ടരികിലുള്ള അപകടംപോലും തിരിച്ചറിയുവാൻ കഴിയുന്നില്ല. പാവം മനുഷ്യർ. അവരുടെ ഇന്ദ്രിയങ്ങൾ വീങ്ങിച്ചുരുങ്ങുകയാണ്. കാഴ്ച നഷ്ടപ്പെട്ടു വരുന്നു. കേൾവി നഷ്ടപ്പെട്ടു വരുന്നു. മണക്കുവാനുള്ള കഴിവ് ഇല്ലാണ്ടാവുന്നു."

"നീ വെറുതെ പ്രസംഗിക്കരുത്.."

മോളി ടോണിയെ കൊത്തുവാൻ ആഞ്ഞതാണ്. അവളെ തടഞ്ഞു കൊണ്ട് അവൻ പറഞ്ഞു-

"അയാളുടെ ദേഹത്ത് ഒളിപ്പിച്ചിരുത്തിയ ഒരു മൂർച്ചയുള്ള ആയുധം ഉണ്ടാവും. ആ ആയുധത്തിന്റെ മൂർച്ച അയാളുടെ മുഖത്ത് ഉണ്ടായിരുന്നത് ശ്രദ്ധിച്ചുവോ?" ടോണിയുടെ ചോദ്യത്തിന് ആരും മറുപടി പറഞ്ഞില്ല.

"ഇന്ന് സൂനജയുടെ ജാരൻ ഈ വീട്ടിൽ വച്ച് കശാപ്പു ചെയ്യപ്പെടും." ഡോളി തുടർന്നു- "അയാൾ കാമുകന്റെ കപടവേഷം കെട്ടി ഉള്ളിലൊളിപ്പിച്ച മാംസക്കൊതിയുമായി ഘടികാരം ആറടിക്കുമ്പോൾ ഇവിടെ എത്തും. കശാപ്പുകാരന് താക്കോൽ കൊടുത്തിട്ട് സുബാബു രാഷ്ട്രീയ കാര്യ യാത്ര പ്രഖ്യാപിച്ച് എവിടെയോ വലിഞ്ഞിരിക്കണം."

മരണത്തെക്കുറിച്ചുള്ള പ്രവചനം കേട്ട് അസ്വസ്ഥയായ മോളി ദ്രുതഗതിയിലുള്ള ജലസഞ്ചാരം തുടങ്ങി. അവളുടെ ചലനങ്ങൾ വെള്ളത്തിന്റെ സുതാര്യതയെ ഹനിച്ചു. നാളുകളായി അടിഞ്ഞുകിടന്ന അവശിഷ്ടങ്ങൾ പൊന്തിവന്നു.

കലങ്ങിയ വെള്ളമൊരുക്കിയ ധൂതമേഖലകളിൽ പരതിക്കൊണ്ട് ഡോളി പ്രഖ്യാപിച്ചു- "ദ്രവരാഷ്ട്രങ്ങളുടെ പ്രത്യേകതയാണിത്. അപകടം ആസന്നമാകുമ്പോൾ അല്ലായെങ്കിൽ ഒഴിവാക്കുവാൻ പറ്റാത്തവണ്ണം അടുത്തെത്തുമ്പോൾ ഉണ്ടാകുന്ന കലങ്ങിമറിയൽ. കാലാകാലങ്ങളായി പ്രതികരിക്കാതെ കഴിഞ്ഞതുകൊണ്ട് ഉള്ളിന്റെയുള്ളിൽ അടിഞ്ഞുകിടന്ന ഭീതിയും രോഷവും അമർഷവും വേദനയുമെല്ലാം കലങ്ങിമറിഞ്ഞ് ഇത്തരത്തിൽ ഉയരും. പക്ഷേ, അപ്പോഴേക്കും വൈകിയിട്ടുണ്ടാവും കൂട്ടരേ.."

ഒരു പുഴുജീവിതം ചില്ലുപാളിയിലൂടെ ഇഴയുന്നുണ്ട്. അതിരിനപ്പുറത്തുകൂടി നിർഭയമായി ഇര ഇഴയുന്നതുകണ്ട് മത്സ്യങ്ങൾ വിറളി പിടിച്ചു.

"നാളെ ഒരു ശലഭമായി പാറിനടക്കുമെന്നതാണ് അതിന്റെ അഹങ്കാരം. മുട്ട വിരിഞ്ഞിറങ്ങി അവയ്ക്ക് നേരിട്ട് ഒരു ശലഭമായി പറന്നു നടക്കരുതോ? അതിനിടെ എന്തിനാണ് ഇങ്ങനെയൊരു പുഴുഘട്ടം?" ടോണി ചില്ലുപാളിയിൽ ആഞ്ഞിടിച്ചു.

"ആകാശത്ത് വർണ്ണച്ചിറകുകൾ വിരിച്ച് പറക്കുന്ന എല്ലാ ശലഭങ്ങളിലും ഒരു പുഴുജന്മം ഒളിഞ്ഞിരിപ്പുണ്ട്. ഉയരത്തിൽ പറക്കുമ്പോഴും അവയുടെ പുഴുമാനസം താഴെ മണ്ണിൽ അരിച്ചു നടക്കുന്നുണ്ടാവും. അല്ലെങ്കിൽ മരത്തടിയുടെ വിള്ളലുകളിൽ നുരയുകയാവാം. ഉണങ്ങിയ ഇലകളിൽ അലയുകയായിരിക്കും."

"വായുവിൽ ചിറകടിച്ചു നീങ്ങുന്ന ശലഭങ്ങളെപ്പോലെ ജലത്തിൽ

ചിറകു തുഴഞ്ഞുനീങ്ങുന്ന മത്സ്യങ്ങൾക്കും മുട്ട വിരിഞ്ഞ് മീൻപുഴുക്കളാകുവാൻ ആയിരുന്നു ഗതിയെങ്കിൽ.. ഒന്നോർത്തു നോക്കു." മിൻമിനി നടുക്കം ഒളിക്കാതെ പറഞ്ഞു. "മീനായിത്തന്നെ ജീവിക്കുവാൻ നിരവധി ഗതികേടുള്ള നമുക്ക് ഒരു പുഴുജീവിതം താണ്ടുവാൻ കഴിയുമായിരുന്നോ? ഒന്ന് ആലോചിച്ചേ മോളീ.."

"എങ്കിലും എനിക്ക് പുഴുക്കളോട് അസൂയയുണ്ട്. അഴുക്കിൽ നുരച്ചു നടന്നാലും ഒരുനാൾ മുതുകിൽ മുളച്ചുവരുന്ന ചിറകടിച്ച് നിലത്തുനിന്ന് ഉയരുവാൻ അവയ്ക്കു കഴിയുമല്ലോ?"

പുഴു ചില്ലുപാളിയുടെ അങ്ങേപ്പുറത്ത് സ്വൈരവിഹാരം ചെയ്യുകയാണ്. അത് ചിലപ്പോൾ നിശ്ചലമാകും. പിന്നെ എന്തോ ഓർത്തമട്ടിൽ അനവധി കുഞ്ഞിക്കാലുകൾ ഇളക്കി മെല്ലെ നീങ്ങും.

"ജനിച്ചനാൾ മുതൽ ജീവിതകാലം മുഴുവൻ പുഴുവായി നുരച്ചു നടന്ന് ഒടുവിൽ പ്യൂപ്പയായി രൂപംകൊണ്ട് മരിച്ചുപോകുന്ന ഒരേയൊരു ജീവി മനുഷ്യനാണ്. അവൻ ആ പ്യൂപ്പജന്മം വെടിഞ്ഞ് ഒരിക്കലും ശലഭജന്മം പൂകുന്നില്ല. മറ്റൊരു തരത്തിൽ പറഞ്ഞാൽ പറക്കുവാൻ പരുവപ്പെടുന്ന നാൾ അടുക്കലെത്തുമ്പോളേക്കും അവന്റെ ജീവിതം തീർന്നിരിക്കും."

"പ്രപഞ്ചത്തിന്റെ വലിയ തച്ചൻ മനുഷ്യനെ നിർമ്മിച്ചതിന് ചില ലക്ഷ്യങ്ങൾ ഉണ്ടാവും ഡോളീ." മോളി തുടർന്നു- "ഓരോ ജീവിവർഗ്ഗത്തിന്റെയും ഉരുത്തിരിയലിനു പിന്നിലും വ്യക്തമായതോ അല്ലാത്തതോ ആയ ചില കാരണങ്ങൾ ഉണ്ടാവും. അതാത് കാലഘട്ടങ്ങൾക്ക് സ്വീകാര്യമായ ചില കാര്യങ്ങൾ. എല്ലാം നമ്മൾ തിരിച്ചറിയണമെന്നില്ല. ഒരുപക്ഷേ, നമ്മൾ തിരിച്ചറിയുന്ന കാരണങ്ങൾ ശരിയാവണം എന്നുമില്ല. എത്രയോ ജീവിസമൂഹങ്ങൾ ഓരോ ചുറ്റുപാടുകളിലും ഉണ്ട്! പല ജീവവർഗ്ഗങ്ങളും ചിന്തിക്കുന്നതും പെരുമാറുന്നതും എന്തെന്ന് നമുക്ക് അറിയില്ല. ഈ പളുങ്കു കൂട്ടിൽ നമ്മൾ കുറച്ചു മീനുകൾ സംവദിച്ചു കഴിയുന്ന കാര്യം ഇവിടെയുള്ള മനുഷ്യർക്ക് അറിയുമോ? നമുക്ക് ചിന്തിക്കുവാൻ കഴിയുമെന്ന് അവർക്ക് ബോദ്ധ്യമുണ്ടോ? ഇല്ല. ഓരോ ജീവിയും അവർക്കു സുപരിചിതമായ ചുറ്റുപാടുകളെക്കുറിച്ച് മാത്രം ചിന്തിക്കുന്നു. അതുമാത്രമാണ് പരമാർത്ഥം എന്ന് ഉറച്ചു വിശ്വസിക്കുന്നു. അതിനപ്പുറത്തുള്ള മറ്റൊന്നിലും കടന്നെത്തുവാൻ അവർക്ക് കഴിയില്ല. അവർക്ക് താല്പര്യവുമുണ്ടാവില്ല."

ഡോളി മെല്ലെ മോളിയുടെ അടുക്കലെത്തി. മെല്ലെ അവളെ സ്പർശിച്ചു.

"നിന്റെ ഉള്ളിൽ ഒരു സൂര്യഗോളമുണ്ട് മോളീ..."

" ഉണ്ടാകും. എന്റെ ഉള്ളിൽ ഇരമ്പുന്ന കടലുണ്ട്. സമുദ്രസഞ്ചാരം ചെയ്യുന്ന യാനങ്ങളുണ്ട്. സത്യത്തിൽ ഈ ലോകത്തിന്റെ ഗർഭത്തിൽ നിന്നിറുന്നു വീണ ഒരു ഗോളമല്ലേ സൂര്യൻ? അതിനൊപ്പം അടർന്നുവീണ തരികളല്ലേ നക്ഷത്രങ്ങൾ... അവയെല്ലാം എനിക്കുള്ളിലുണ്ട്."

ജലത്തിനുള്ളിലെ അനക്കങ്ങൾ മെല്ലെ നിനച്ചു. പുഴു എവിടെയോ

പോയി മറഞ്ഞു.

ടോണി ചില്ലുപാളിയിലൂടെ മുറിയുടെ മൂലകൾ പരതി. വൃദ്ധനെ മുറിയിൽ ഉറങ്ങുവാൻ ഉപേക്ഷിച്ചിട്ട് റാണി മുൻമുറിയിലെത്തി. നീല നിറത്തിലുള്ള ഒരു നല്ല ചുരീദാർ ആയിരുന്നു അവൾ അണിഞ്ഞിരുന്നത്. അതിൽ നിറയെ വെളുത്ത പൂക്കളുണ്ടായിരുന്നു. എന്നും പതിവുള്ളതുപോലെ അവൾ ടെലിവിഷനിലും ഘടികാരത്തിന്റെ സൂചികളിലും മാറിമാറി നോക്കി.

അന്ന് പതിവിലും നേരത്തെ സമയ സ്കൂളിൽനിന്ന് മടങ്ങിയെത്തി. അവൾ വെളിയിൽനിന്ന് താക്കോലിട്ടു തുറന്ന് അകത്തു കടക്കുകയായിരുന്നു.

"ആ കുട്ടി സ്കൂളിലെ വസ്ത്രങ്ങളിൽ തീരെ ചെറിയ കുട്ടിയാവുന്നു. അല്ലേ?" മിൻമിനി മെല്ലെ ടോണിയോട് പറഞ്ഞു. പക്ഷേ, അവളുടെ മനസ്സ് ഏറെ വൃദ്ധി പ്രാപിച്ച മട്ടുണ്ട് എന്ന് അവൻ ചിന്തിച്ചു.

ടെലിവിഷന്റെ പ്രവർത്തനം നിർത്തിയിട്ട് റാണി ചാടിയെഴുന്നേറ്റു.

"എന്താടീ എഴുന്നേറ്റത്... ഇരുന്ന് കാണ്.. അപ്പാപ്പനെ നോക്കാനാന്ന് പറഞ്ഞിട്ട് ഫുൾടൈം ടീ വിയിൽ നോക്കി ഇരിക്കുന്നു അല്ലേ... അസത്തേ..." സമയ റാണിയുടെ നേരെ ആക്രോശിച്ചു. ആ സ്ത്രീ മറുപടിയൊന്നും പറയാതെ ഒരുവട്ടം കൂടി ക്ലോക്കിൽ നോക്കിയിട്ട് അകത്തേക്ക് മറഞ്ഞു.

മോളിയും മിൻമിനിയും ജലോപരിതലത്തിൽ വട്ടം ചുറ്റി. അവർക്കിടയിലേക്ക് നീന്തിയെത്തിയ ടോണി ചിറകുകൾ ഇട്ടടിച്ചു. ദേഷ്യമാണോ അതോ സന്തോഷമാണോ അവന്റെ ആ പ്രവൃത്തിയുടെ നിദാനം എന്നറിയുവാൻ ഡോളി അവനെ സൂക്ഷിച്ചുനോക്കി.

മൂന്നു വായുകുമിളകളെ ഉപരിതലത്തിലേക്ക് അയച്ചിട്ട് അവൻ ഭാവമില്ലാതെ അടങ്ങി.

സമയ ജാലകത്തിന്റെ അടുക്കലെത്തി പുറംകാഴ്ചകളിലേക്ക് പ്രവേശിച്ചു. അവൾ അതിനകം സെൽഫോണെടുത്ത് ചെവിയോട് ചേർത്തു.

"ഞാൻ ഇവിടെ വീട്ടിലുണ്ട്. ആ നാശം പിടിച്ച ഹോംനേഴ്സ് ഇപ്പോ പോകും. പിന്നെ ഒരു മണിക്കൂർ കഴിഞ്ഞ് മമ്മിയെത്തും. ചിലപ്പോൾ അയാളും ഉണ്ടാകും. അതൊന്നും സാരമില്ല. യൂ കം ക്യുക്കിലി.. ഐ വിൽ വെയ്റ്റ്..."

കാര്യങ്ങൾ കുഴഞ്ഞുമറിയുന്നു എന്ന് ഡോളി അഭിപ്രായം ഉതിർത്തു. "മകൾ അവളുടെ പുതിയ കാമുകനെ വീട്ടിലേക്ക് വിളിച്ചുവരുത്തുകയാണ്. ഇന്നുതന്നെ സൂനജ തന്റെ ജാരനുമായി എത്തും എന്നുതന്നെ നമുക്ക് ഉറപ്പിക്കാം. അയാളെ കൊല്ലുവാൻ ഒരാൾ മുൻകൂട്ടി ഉള്ളിൽ പതുങ്ങി ഇരിക്കുന്നു. ഇനിയുണ്ടാകുന്ന സംഭവങ്ങൾ പ്രവചിക്കുവാൻ കഴിയില്ല..."

മോളി ജീവലംഘനത്തിന്റെ ലക്ഷണങ്ങൾ ചുറ്റും കണ്ടറിഞ്ഞ മട്ടിൽ ആവേശം പൂണ്ടു.

"കൂട്ടുകാരേ.. പുറത്ത് കടലിരമ്പുന്നുണ്ട്. അത് ഇരച്ചുകയറി ഈ മുറിയിലേക്ക് വരുമെന്ന് എനിക്ക് തോന്നുന്നു. ലവണസമൃദ്ധമായ വെള്ളത്തിന്റെ കുത്തൊഴുക്കിൽ നമ്മുടെ രാഷ്ട്രത്തിന്റെ ക്ലിപ്തമായ അതിരുകൾ തകരും. എങ്ങോട്ട് എന്നറിയാതെ ഞാൻ നീന്തും. നമ്മൾ

നാലു ദിക്കിലേക്കാവും ചെന്നെത്തുക. പിന്നെ ഒരിക്കലും പരസ്പരം വീണ്ടെടുക്കുവാൻ കഴിയാത്തവണ്ണം നമ്മൾ അകന്നുപോയേക്കാം."

"ഇത് നിന്റെ പതിവുസ്വപ്നങ്ങളിൽ പെട്ടതല്ലേ മോളീ.." ടോണി പരിഹസിച്ചു.

ആയിരിക്കാം. എങ്കിലും അവൾ ആ വിശുദ്ധസ്വപ്നത്തെ ഉള്ളു കൊണ്ട് ആരാധിച്ചുകൊണ്ടിരുന്നു. പുറമെ നിശ്ശബ്ദമായ മൂടുപടം അണിഞ്ഞതാണെങ്കിലും ആ അന്തരീക്ഷത്തിൽ അതിവാചാലത ഉറഞ്ഞുകൂടിയിട്ടുണ്ട് എന്ന ചിന്ത മോളിമത്സ്യത്തിനെ കൂടുതൽ ആവേശത്തോടെ അത്തരം സ്വപ്നങ്ങളിൽ അഭിരമിക്കുവാൻ പ്രേരിപ്പിച്ചു.

മത്സ്യങ്ങൾ ചില്ലുപാളിയുടെ അപ്പുറത്തുള്ള മുറിയിൽ മാറിമറിഞ്ഞു വരുന്ന കാഴ്ചകളുടെ തുണ്ടുകളെ വിളക്കിച്ചേർത്ത് അവർക്ക് ആവും വിധം കഥകൾ പണിതെടുക്കുകയാണ്.

"ഈ മുറിയുടെ നാല് ചുവരുകൾക്കിടയിൽ സംഭവിക്കുന്ന നാടകങ്ങൾ കൂട്ടിയിണക്കി നമ്മൾ മെനയുന്ന കഥകളുടെ സാംഗത്യത്തിൽ എനിക്ക് വിശ്വാസം പോര." ടോണി അഭിപ്രായപ്പെട്ടു. "മുറിയുടെ പുറത്ത് സംഭവിക്കുന്ന വലിയ കാര്യങ്ങളുടെ ഒരു തുടർച്ചയോ ഒടുക്കമോ ആണ് നമ്മൾ ഇവിടെ കാണുന്നത്.."

"നോക്കൂ.. രോഗപരിചര്യ ചെയ്യുന്ന റാണി മടങ്ങുകയാണ്. അവൾ ആ ഘടികാരം കാണിക്കുന്ന സമയത്തെ പൂർണ്ണമായി വിശ്വസിക്കുന്നു. അത് തനിക്ക് പുറപ്പെടുവാനുള്ള സമയമാണ് എന്ന് അവക്കറിയാം. അവൾ കൂടുതൽ ദുരിതമുള്ള ഇടമാണ് എങ്കിലും സ്വന്തം ഭവനം തന്നെ മെച്ചം എന്ന് കരുതുന്നു. സമയം അവളെ ആ കാര്യം ഓർമ്മപ്പെടുത്തുകയാണ്. അങ്ങനെ ഇവിടെ പതുങ്ങിയിരിക്കുന്ന ആപത്തിൽനിന്ന് അവൾ അകലുന്നു."

ഡോളി ചില്ലുപാളിയുടെ പ്രതലത്തിൽ തൊട്ടുരുമ്മി. ആ സുതാര്യതയുടെ രസം നുകർന്ന് അവൾ തുടർന്നു– "നമ്മുടെ കാഴ്ചയിടത്തിൽ ഇപ്പോൾ ആരും ഇല്ല. ഇനി കടന്നുവരുന്നത് ഒരുപക്ഷേ, മകളുടെ പുതിയ കാമുകൻ ആയിരിക്കും. എന്റെ കണക്കുകൂട്ടലുകൾ തെറ്റില്ല."

ഡോളിയുടെ ആ പ്രവചനത്തെ ശരി വച്ചുകൊണ്ട് ബെൽ മുഴങ്ങി. സമയ ഓടിവന്ന് കതക് തുറന്നു. അവിടെ നിന്നിരുന്നയാൾ മുൻകതകിന്റെ വെളിയിൽ നിന്നുകൊണ്ടുതന്നെ അവളെ കെട്ടിപ്പിടിച്ച് അമർത്തുകയുണ്ടായി.. അതിൽ അവൾ അങ്ങേയറ്റം സന്തോഷിച്ചു എങ്കിലും കപട ഗൗരവം വരുത്തി അയാളെ തള്ളിമാറ്റി മുൻകതക് അടച്ചു കുറ്റിയിട്ടു.

"എന്തൊരു കൊതിയാണ് ഈ ചേട്ടന്.. എന്നെയങ്ങ് മുഴുവനായി തിന്നുവല്ലോ ?"

അയാൾ എന്തോ മോശം ഭാഷയിലുള്ള മറുപടി ഒരു അമർന്ന ചിരിയിൽ ഒതുക്കിയിട്ട് അവളെ വീണ്ടും കടന്നുപിടിച്ചു. അവൾ കുതറി അകത്തെ ഏതോ മുറിയിലേക്ക് ഓടി. പിന്നാലെ ചെല്ലുവാൻ തുടങ്ങിയ ആൾ ഒരു അനക്കം കേട്ട് പരുങ്ങി നിന്നു.

"ഏയ്... നില്ക്ക്... അകത്ത് ആരോ ഒണ്ട്. ഒരു ശബ്ദം കേട്ടു."

ആഗതൻ പരുങ്ങി.

''അതെന്റെ അപ്പാപ്പനാണ്. കട്ടിലിൽ ചുരുണ്ടുകിടപ്പാണ്. എഴുന്നേക്കില്ല..'' അവൾ ഉള്ളിലെവിടെ നിന്നോ വിളിച്ചു പറഞ്ഞു. അയാൾ ചുറ്റിനും നോട്ടമയച്ചു. ഒരു വേള അത് മത്സ്യടാങ്കിലേക്കും പാളി വീണിരുന്നു.

ഇയാളെയാണോ ഇവൾ വിളിച്ചു കയറ്റുന്നത് ! കഷ്ടം. ഒരു നാശം പിടിച്ചവനാണ് അയാൾ എന്ന് ലക്ഷണം കണ്ടാൽ അറിയാം എന്ന് മിൻമിനി പരിഭവിച്ചു.

“പിന്നെ ആ പൊണ്ണൻ ചെറുക്കൻ വേണമാരുന്നോ അവളുടെ ദാഹം തീർക്കാൻ..” എന്ന് ടോണി പരിഹസിച്ചു. “അവനെ കൊള്ളുകില്ല എന്ന പരാതി കാരണമാണല്ലോ അവൾ ഇത്തരം ഒരുത്തനെ തേടിപ്പോയത്. ”

“ഇപ്പോക്കാണാം ആര് ആരുടെ ദാഹമാണ് തീർക്കുന്നത് എന്ന്.” ഡോളി പറഞ്ഞു. “അമ്മയുടെ രഹസ്യക്കാരനെ വകവരുത്തുവാൻ വന്നയാൾ ഒരുപക്ഷേ, മകളുടെ കാമുകനെ ആക്രമിച്ചേക്കും.”

ഡോളി പറഞ്ഞതിനെ ശരിവയ്ക്കുന്ന തരത്തിൽ ഉള്ളിലെ മുറിയിൽ നിന്നും ബഹളങ്ങൾ ഉയർന്നു. അകത്ത് ആക്രമണങ്ങൾ നടക്കുന്നതിന്റെ ശബ്ദവീചികൾ മുൻമുറിയിൽ തള്ളിക്കയറി. അത് ഒരു മൽപ്പിടിത്തം നടക്കുന്നതിന്റെയോ പോരാട്ടത്തിന്റെയോ ശബ്ദമല്ല, മറിച്ച് മനുഷ്യരുടെ വന്യമായ ലൈംഗികകേളിയുടെ ശബ്ദമാണ് എന്ന് ഡോളിക്ക് തോന്നി.

“ഇതൊക്കെയാണ് മനുഷ്യരുടെ വിധികൾ. അവൻ പടുത്തുയർത്തിയ വലിയ സാംസ്കാരിക സ്ഥാപനങ്ങൾ നിരവധി ഉണ്ടെങ്കിലും ഒടുക്കം മൃഗങ്ങളെപ്പോലെ വേഴ്ച നടത്തും”

നാലു ജലജങ്ങളും ഒരുമിച്ച് മുൻമുറി കനിഞ്ഞുനല്കുന്ന കാഴ്ചയുടെ തലത്തിലേക്ക് ഇനി ആര് കടന്നുവരും എന്ന് ഉദ്വേഗത്തോടെ നോക്കിനിന്നു.

“നിങ്ങൾക്ക് അറിയുമോ?” ഡോളി പറഞ്ഞുതുടങ്ങി. “ഒരു ജാരനെ കൊല്ലുവാൻ വിചിത്രമായ ഒരു മാർഗ്ഗം അവർ തയ്യാറാക്കിയിട്ടുണ്ട്. സൂത്രധാരൻ തന്റെ വിരുതിൽ തീർത്തതാണ് അത്. സുരതവേളയിൽ നടക്കുന്ന ഒരു മരണം. അപ്പോൾ ഉയരുന്ന വേറിട്ട നിലവിളി വളരെ വിചിത്രവും വേറിട്ടതും ആയിരിക്കും.”

“കൂട്ടരെ. മുക്കുവരും മീനുകളും തമ്മിൽ പണ്ടുമുതലേയുള്ള ഈ കെട്ടുപാടിന്റെ രഹസ്യം നിങ്ങൾക്ക് അറിയുമോ? പരിപൂർണ്ണമായും ജലജീവികളായ നമ്മൾ മീനുകൾക്ക് ജലത്തിനുള്ളിൽ തന്നെ ശത്രുക്കൾ ഉണ്ടെങ്കിലും വെളിയിൽ പതിയിരിക്കുന്ന അപകടങ്ങൾക്ക് കണക്കില്ല.. പണ്ട് ജീവൻ വെള്ളത്തിൽ മാത്രമുണ്ടായിരുന്ന കാലമുണ്ടായിരുന്നിരിക്കാം. വെള്ളത്തിൽനിന്ന് കരയിലേക്ക് ജീവികളിൽ ഒരു വിഭാഗം പാർപ്പ് മാറ്റിയപ്പോൾ നമ്മൾ, അതായത് നമ്മുടെ പൂർവ്വികർ ജലജീവിതം തുടർന്നു. കരയിലെ ജീവവർഗ്ഗത്തിനുള്ള ആഹാരമാകേണ്ട ഗതി നമ്മളിൽ വീണുപോയി. മനുഷ്യരിൽ ഒരു വിഭാഗം അത് തൊഴിലാക്കി. മീനു

കളെ കോർത്തെടുക്കുവാൻ ചൂണ്ടകളിൽ ഇരകൾ കോർത്തിടുന്നുണ്ട് മുക്കുവർ. ഭക്ഷണത്തോട് നമുക്കുള്ള ഒടുങ്ങാത്ത ആർത്തിയെ അവർ അത്തരത്തിൽ ചൂഷണം ചെയ്യുന്നു. ഭക്ഷണമെന്ന് കരുതി പാവം മീനുകൾ കൊത്തുന്നത് മരണത്തിലാണോ എന്ന് തിരിച്ചറിയുന്ന സമയം കൊണ്ട് അപകടം നടന്നിരിക്കും."

ജലോപരിതലത്തിന്റെ തൊട്ടുതാഴെ ഡോളിയുടെ പ്രസംഗം അത്തരത്തിൽ തുടർന്നപ്പോൾ മറ്റു മീനുകൾ അവളെ വിട്ട് അടിത്തട്ടിലേക്ക് പിൻവാങ്ങി. മുന്നിൽ അദൃശ്യരായി ഒരായിരം മീനുകൾ ഉണ്ടെന്ന സങ്കല്പത്തിൽ പ്രസംഗം തുടർന്നു.

"മുക്കുവന്റെ ഭക്ഷണം അല്ലെങ്കിൽ വരുമാനം ആണത്. ഒരർത്ഥത്തിൽ മീനുകളുടെ ജീവിതചക്രത്തിലെ ഒരു ഘടകം ആണത്. ഇരയാവുക എന്നത് പ്രകൃതിനിയമം തന്നെ. ആർക്കും നിഷേധിക്കുവാൻ കഴിയാത്ത നിയമം. എല്ലാ ജീവികളും ഒരർത്ഥത്തിൽ മറ്റേതെങ്കിലും ജീവികൾക്കുള്ള ഇരകൾ തന്നെ. മാംസം ഭക്ഷിക്കുന്ന എല്ലാ ജീവികളും അത്തരം വലിയ ഒരു ഭക്ഷ്യശൃംഖലയിലെ കണ്ണികൾ ആയിരിക്കും."

പ്രസംഗം ആ നിലയിൽ എത്തിയപ്പോൾ കുതിച്ചു ചെന്ന ടോണി അവളെ ആഴത്തിൽ ആക്രമിച്ചു. പ്രത്യാക്രമണത്തിൽ ടാങ്കിലെ വെള്ളം കലങ്ങി. അടിഞ്ഞു കിടന്ന ചേറുയർന്ന് വെള്ളത്തെ കറുപ്പിച്ചു.

ഒരു ചില്ലുകൂട്ടിൽ നിറച്ച കുറച്ചു വെള്ളത്തിൽ അമരുന്ന മത്സ്യങ്ങൾ ഇത്തരത്തിൽ കലഹിക്കുന്നത് നല്ലതല്ല എന്ന് മിൻമിനി അഭിപ്രായപ്പെട്ടു.

പതിനാറ്

സുബാബുവും സുഹൃത്തുക്കളും ജാരധ്വംസനത്തിന് കൊലപാതകിയെ ഒരുക്കിവിട്ടത് ചില പ്രത്യേക പദ്ധതികളുമായാണ് എന്ന് മോളിയെ ഡോളി ഓർമ്മപ്പെടുത്തി. ഒരു ജാരനെ കൊല്ലുന്നതിനുള്ള ഏറ്റവും അനുയോജ്യമായ മുഹൂർത്തം അവൻ തന്റെ രഹസ്യ കാമുകിയുമായി സുരതത്തിൽ ഏർപ്പെട്ടിരിക്കുന്ന വേള തന്നെയാണ്. കാമലീലകളിൽ മുഴുകി സ്ഖലനം നടക്കുന്ന വേളയിൽ കൃത്യമായി അവന്റെ മുതുകിൽ ഒരു കൂർത്ത ആയുധം കുത്തിയിറക്കണം. അവന്റെ ദേഹം ഒരേസമയം രതിസുഖത്തിന്റെ അങ്ങേയറ്റത്തേ ചൂടും മരണത്തിന്റെ തണുപ്പും അറിയണം. കൂർത്ത ആയുധം അവന്റെ ദേഹത്തിന്റെ ഉള്ളിൽ ഒരു പുരുഷലിംഗത്തിന്റെ വടിവോടെ കടന്നുചെന്ന് സിരകളെയും ധമനികളെയും മുറിച്ച് ആനന്ദിക്കണം.

ഡോളി അസാമാന്യമായ ചില ചിന്തകൾ കൂടി പറഞ്ഞ് സഹമത്സ്യങ്ങളെ അമ്പരപ്പിക്കുകയുണ്ടായി. ഒരു ജാരന് ഏറ്റവും പ്രിയപ്പെട്ടത് അവനാൽ കാത്തുസൂക്ഷിക്കപ്പെടുന്ന രഹസ്യങ്ങളാണ് എന്നാണ് അവൾ പറഞ്ഞത്. രാക്കതിരിന്റെ ഇത്തിരിവെട്ടത്ത് കടന്നുപോകുന്ന ഇരുൾ മൂടിക്കിടന്ന വഴികളുടെ നിഗൂഢതയാണ് അവനെ രസിപ്പിക്കുന്നത്.

അവനു വേണ്ടി കൊളുത്തിടാതെ സൂക്ഷിച്ച വാതിലിന്റെ സ്വകാര്യതയെ അവൻ ഇഷ്ടപ്പെടുന്നു. ജാരൻ തള്ളിത്തുറന്ന് കയറിച്ചെല്ലുന്നത് ഒരു സ്ത്രീയുടെ ചൂട് പിടിച്ച ദേഹത്തേക്ക് മാത്രമല്ല. അവൾ കാത്തുസൂക്ഷിച്ച രഹസ്യങ്ങളുടെ സ്വീകാര്യതയിലേക്കാണ്. അത് പരസ്യമായാൽ അവന് എല്ലാം നഷ്ടമാകും.

ആൺവർഗ്ഗത്തിന്റെ ഉൽക്കണ്ഠകൾ ഉയർത്തിപ്പിടിച്ചുകൊണ്ട് ടോണി പറഞ്ഞു- "രാഗിയായ ഒരു മനുഷ്യനെ അവന്റെ സമൂഹം ഇത്തരത്തിൽ വിഷയലമ്പടനായി ചിത്രീകരിക്കുന്നതിനോട് യോജിക്കുന്നത് എന്തിന് ? രാഗിയെ അങ്ങനെ കാണാതെ രോഗിയായി കാണുന്നത് ശരിയല്ല എന്നാണ് എന്റെ പക്ഷം."

കൊല്ലുമ്പോൾ അങ്ങനെയെങ്കിൽ അവന്റെ ശരീരത്തിന്റെ ഉത്സവം നടക്കുന്ന സമയം തന്നെ വേണം. അവന് ഏറ്റവും പ്രിയപ്പെട്ട രഹസ്യാത്മകതകൾ പൂർണ്ണമായിട്ടും പൊളിച്ചു കൊണ്ടാവരുത് എന്ന് മോളി പറഞ്ഞു.

തിന്നുവാൻ കഴിയാതെ കൊന്നുരസിക്കുന്ന മനുഷ്യഭാവനകളെ കുറിച്ച് നമുക്ക് സംസാരിക്കണ്ട എന്ന് മിൻമിനി പറഞ്ഞു നിർത്തി.

അപ്പോൾ ചോരയൊലിക്കുന്ന നഗ്നദേഹവുമായി അലമുറയിട്ടു കൊണ്ട് ആ പെൺകുട്ടി മുൻമുറിയിലേക്ക് ഓടിവന്നു. പിന്നാലെ അയാൾ! ഉള്ളിൽ പതുങ്ങിയിരുന്ന ഭീകരൻ! കൊലപാതകി! കോടാലി...! അയാൾ ആക്രോശിക്കുന്നുണ്ടായിരുന്നു. നാലു മത്സ്യങ്ങളും നടുക്കത്തോടെ ആ കാഴ്ച നോക്കിനിന്നു.

അവൾ "അപ്പാപ്പാ... ഒന്നു രക്ഷിക്കണേ.." എന്ന് ദയനീയമായി നിലവിളിച്ചു.

കുറേ നാളുകളായി, അകത്തെ മുറിയിലെ കട്ടിലിൽ ഒരേ കിടപ്പ് കിടന്ന ഒരാൾ പൊടുന്നനെ എഴുന്നേറ്റുവന്ന് ആപത്ഘട്ടത്തിൽ തന്നെ രക്ഷിക്കുമെന്ന് അവൾ വിചാരിച്ചുകാണുമെന്ന് ടോണി പരിഹസിച്ചു.

വില്ലൻ അവളെ നിസ്സാരമായി കടന്നുപിടിച്ചുയർത്തി. അവൾ കൈകാലുകൾ ഇട്ടടിച്ചു.

"അവൻ പോയി മോളെ.. അവൻ ചെയ്തിരുന്നത് ഈ അങ്കിൾ മുഴുവനാക്കിത്തരാം.."

"വേണ്ടയങ്കിൾ... വേണ്ട... എനിക്ക് പേടിയാണങ്കിൾ... എന്നെ വിടൂ.." അവളുടെ നിലവിളിയടക്കം തോളിലേറ്റി അയാൾ അകത്തേ മുറിയിലേക്ക് പോയി.

"എന്താണ് അവിടെ സംഭവിക്കുന്നത്" എന്ന് മോളി അസ്സഹനീയമായ ഉൽക്കണ്ഠയോടെ തിരക്കി. ആ പെൺകുട്ടി ക്രൂരമായി ആക്രമിക്കപ്പെടുകയാണെന്ന് കൂട്ടുകാരി അവൾക്ക് വിവരണം കൊടുത്തു. എന്തിനാണ് പുരുഷന്മാർ ഇങ്ങനെ ആക്രമിക്കുന്നത് എന്ന് അവൾ ചോദിച്ചു. മീനുകൾ പരസ്പരം നോക്കി. ആ പെൺകുട്ടിയുടെ കരച്ചിൽ തോല്വിയുടെ, തിരിച്ചറിവിന്റെ, കീഴടങ്ങലിന്റെ, പാകക്കേടിന്റെ, ചുരുങ്ങലിന്റെ സ്വരമെന്ന് മോളി വിഷമിച്ചു. മറ്റു മത്സ്യങ്ങളും അവളുടെ വിഷമത്തിൽ ചേർന്നു.

“ജാരനെ ഇല്ലാതാക്കുവാൻ മാത്രമായിരുന്നു അയാൾക്കുള്ള നിയോഗം. പക്ഷേ, മനുഷ്യരുടെ എല്ലാ കുറ്റവാസനകളുടെ പിന്നിലും ലൈംഗികമായ മേല്ക്കോയ്മയുടെ ഒരംശമെങ്കിലും ഉണ്ടാകുമെന്ന് നീ പറയാറില്ലേ. ബലാത്സംഗം അയാൾ തന്നിഷ്ടപ്രകാരം ചെയ്യുന്നതാണ്.” ടോണി പറഞ്ഞു.

ചോരയുടെ മണത്തിൽ ചിലർ അങ്ങനെയാണ് എന്ന് ഡോളി പറഞ്ഞു. ചോരയുടെ മണം അയാളുടെ രതിയെ ഉണർത്തിയിട്ടുണ്ടാവാം. അത് സുഹൃത്തിന്റെ മകളാണ് എന്നൊന്നും അയാൾ ചിന്തിക്കില്ല.

ജീവികളുടെ അതിജീവനശക്തി ഒരുപോലെയല്ലല്ലോ എന്ന് ഡോളി വീണ്ടുവിചാരത്തിന് തുനിഞ്ഞു. “നമുക്ക് നിശ്ശബ്ദമായ ഒരു തത്ത്വശാസ്ത്രമുണ്ട്. സംവാദങ്ങളില്ലാത്ത ഉച്ചത്തിൽ വിളിച്ചുപറയലുകൾ ഇല്ലാത്ത ഒരു മഹനീയ കാഴ്ചപ്പാട്. വിശക്കുമ്പോൾ മാത്രം കൊന്നു തിന്നുകയും വംശവർദ്ധനവിനായി രമിക്കുകയും ചെയ്യുന്ന രീതി. ഇല്ലാത്ത ദൈവത്തെ ആരാധിക്കുന്നവർ ശരിയല്ലാത്ത തത്ത്വസംഹിതകൾ ഉയർത്തിക്കാട്ടുന്നു. മനുഷ്യന്റെ ദൈവ സങ്കല്പങ്ങളിലെ പൊരുത്തക്കേടുകൾ തന്നെ അനവധിയുണ്ട്. അവന്റെ ദൈവങ്ങൾ യുദ്ധം ചെയ്യുന്നവർ ആണ്. പെണ്ണുങ്ങളെ തട്ടിക്കൊണ്ടു പോകുന്നു. ബലാല്ക്കാരം ചെയ്യുന്നു. കൊലപാതകത്തിനും മടിക്കുന്നില്ല. ഒരു കൂട്ടരുടെ ദൈവങ്ങൾ മറ്റൊരു കൂട്ടർക്ക് ആരുമല്ല. വിചിത്രം! ഏറെ വിചിത്രം!”

അതുകഴിഞ്ഞ് അവൾ ഹിന്ദുപുരാണത്തിലെ മത്സ്യകഥ വിവരിച്ചു. വിഷ്ണു ആദ്യം അവതരിച്ചത് മത്സ്യമായിട്ടാണ്. ബ്രഹ്മാവിന്റെ കൈക്കുമ്പിളിലാണ് മത്സ്യം അവതരിച്ചത്. പത്ത് അവതാരങ്ങളിൽ ആദ്യത്തേത്. ഹയഗ്രീവൻ എന്ന ഒരു അസുരൻ ബ്രഹ്മാവിൽനിന്ന് വേദങ്ങൾ അപഹരിച്ചുകൊണ്ട് കടലാഴങ്ങളിൽ മറഞ്ഞു. ഈ അസുരനെ വധിച്ച് വേദങ്ങൾ വീണ്ടെടുക്കുവാൻ മഹാവിഷ്ണു മത്സ്യാവതാരം കൈക്കൊണ്ടു എന്ന് മനുഷ്യരിലെ ഹിന്ദുക്കളുടെ പുരാണങ്ങൾ പറയുന്നുണ്ട്.

“എന്നിട്ടും മുക്കുവർ മത്സ്യത്തെ വേട്ടയാടുന്നു. മറ്റു ചില മൃഗങ്ങൾക്ക് പുരാണങ്ങളുടെയും ഭക്തിയുടെയും പേരിൽ കിട്ടുന്ന ആനുകൂല്യം നമ്മൾ മീനുകൾക്കില്ല.”

മോളി വെള്ളത്തിന്റെ ആത്മാവ് കണ്ടറിഞ്ഞ മട്ടിൽ തുടങ്ങി – “ഒരു കുമ്പിൾ വെള്ളത്തിൽ കഴിയേണ്ടിവരുന്ന നമ്മൾ ഒരു കടലാഴം സ്വപ്നം കാണുന്നില്ലേ ? ഓരോ മീനുകളുടെ ഉള്ളിലും ഇരമ്പുന്ന ഒരു കടലുണ്ട്. എത്ര നീന്തിയാലും എത്തിച്ചേരാത്ത ദൂരെ അതിരുകളുള്ള ഒരു കടൽ. സാന്ദ്രതയുള്ള വെള്ളത്തിന്റെ ചൂടും ചൂരും ഏറ്റുവളർന്ന മീനുകൾക്ക് വെള്ളമില്ലാത്ത ഒരു ലോകത്തെക്കുറിച്ച് അറിയുകതന്നെയില്ല. കാഴ്ചയും കേൾവിയുമെല്ലാം വെള്ളത്തിന്റെ സാന്ദ്രതയിലൂടെ കല്പിച്ചു കിട്ടുന്നതാണ്. അതിനപ്പുറം എത്തിപ്പെടുവാൻ ഒരു ലോകം ഇല്ലാത്തവരല്ലേ മീനുകൾ.. കരജീവികൾ വെള്ളത്തിലേക്ക് ആർത്തുവിളിച്ച് ഇറങ്ങുന്നുണ്ടാവും. ആവോളം നീന്തിത്തുടിച്ചെന്നും വരാം. പക്ഷേ, വെള്ളമില്ലായ്മ

നമുക്കെന്നും മരണമല്ലേ?"

മോളിയുടെ ഇത്തരം ചില ഭ്രാന്തുകളെ മിൻമിനിക്ക് ഇഷ്ടമാണ്. കടലിനെക്കുറിച്ചാണ് അവൾ കാണുന്ന സ്വപ്നങ്ങൾ കൂടുതലും. മോളി തുടർന്നു-

"ദേ... ഇപ്പോൾ ഞാൻ വ്യക്തമായി അറിയുന്നു കടലിനുള്ളിലെ പ്രകമ്പനങ്ങൾ. വലിയ ചലനങ്ങളുടെ അലകൾ ഇങ്ങെത്തുന്നുണ്ട്. ശ്രദ്ധിച്ചാൽ നിങ്ങൾക്കും അതറിയുവാൻ കഴിയും കൂട്ടുകാരേ.. വെള്ളത്തിൽ വലിയ കോളിളക്കങ്ങൾ സൃഷ്ടിക്കുന്ന അത്തരം ചലനങ്ങൾ തിരിച്ചറിയുക എന്നത് നമ്മുടെ യോഗമാണ്."

ചുമരുകൾക്കപ്പുറം ഉണ്ടെങ്കിലും കടൽ എങ്ങനെയിരിക്കും എന്നൊന്നും മിൻമിനിക്ക് അറിയില്ല. എങ്കിലും അനന്തമായ അതിസാന്ദ്രമായ ജലപ്പരപ്പിന്റെ സാദ്ധ്യതകളെക്കുറിച്ചാണ് അവൾ അതുകേൾക്കുമ്പോ ളെല്ലാം ചിന്തിച്ചത്. മനുഷ്യർ ഭരിക്കുന്ന ഈ ലോകത്തിൽ ഭൂരിഭാഗവും കടലാണ്. വമ്പൻ മീനുകൾ നീന്തിത്തുടിക്കുന്ന കടൽ. മീനുകൾ ഇരകളായും വേട്ടക്കാരായും ഉള്ള കടൽ. മനുഷ്യർ അനായാസമായി മീൻ പിടിക്കുന്ന കടൽ..

പക്ഷേ, വലിയ അളവിൽ ലവണങ്ങൾ ലയിച്ചുചേർന്ന് സാന്ദ്രത കൂടിയ വെള്ളത്തിൽ നമ്മളെപ്പോലെയുള്ള മത്സ്യങ്ങൾക്ക് ജീവിക്കുവാൻ പറ്റില്ല എന്ന് ടോണി പരിഹസിച്ചു.

കാഴ്ചയുടെ കെട്ടുപാടുകളില്ലാതെ ഒരു ചതുരക്കള്ളിയിൽ ജീവിച്ച പാഴ്ജീവിതത്തെ അങ്ങനെ കാത്തുസൂക്ഷിക്കുന്നതിൽ വലിയ അർത്ഥമില്ല എന്നൊക്കെ ഡോളി ചിന്തിക്കാറുണ്ട്. ഒരു വലിയ ജലപ്പക്ഷിയുടെ ചുണ്ടിൽ കോർക്കപ്പെട്ട് ആകാശസഞ്ചാരം ചെയ്യുന്നതിനെ അല്ലെങ്കിൽ വിരുതനായ ഒരു മാർജ്ജാരന്റെ കോമ്പല്ലുകളിൽ കൊരുക്കപ്പെട്ട് അവസാനത്തെ പിടയ്ക്കൽ പൂർത്തീകരിക്കുന്നതോ അവൾ സ്വപ്നം കണ്ടു. ദീർഘകാലം നഷ്ടമായ ഒരായിരം കാഴ്ചകളെ ഒരു നിമിഷത്തേക്ക് കാണുവാൻ കഴിയുന്നതാവും മരണത്തിന്റെ വിചിത്രമായ പ്രത്യേകത എന്ന് അവൾ ഓർത്ത് രസിക്കാറുണ്ടായിരുന്നു. കണ്ണുള്ള മത്സ്യങ്ങൾ പോലും ചൂണ്ട ക്കൊളുത്ത് കാണുവാൻ ആവാതെ ഭക്ഷണത്തിനൊപ്പം മരണം വരിക്കുന്ന കഥ എത്രയോ വട്ടം ഡോളി അവൾക്ക് വിളമ്പിക്കൊടുത്തിരിക്കുന്നു.

മത്സ്യങ്ങളുൾപ്പെടെയുള്ള ജീവിവർഗ്ഗങ്ങളെക്കുറിച്ച് ഗവേഷണം നടത്തുന്നയാൾ ഇപ്പോൾ വരാറില്ലേ എന്നവൾ ടോണിയോട് നേരമ്പോക്കിനെന്നവണ്ണം തിരക്കി. അയാൾ വിടുവായത്തരം വിളമ്പുന്നത് കേൾക്കുവാൻ അവൾക്ക് ഇഷ്ടമാണ്. വിവരങ്ങൾ കൈമാറുവാൻ ഒരു ഭാഷ തന്നെ വേണ്ട എന്ന് അയാളോട് ഒരിക്കലെങ്കിലും പറയുവാൻ അവൾ തുടിച്ചു.

"ഇനി അയാൾ നമ്മുടെ ഭാഷയിൽ സംസാരിച്ചു തുടങ്ങിയാൽ നീ അയാളോട് എന്തൊക്കെയായിരിക്കും പറയുവാൻ പോകുന്നത്.. ?" ടോണി മോളിക്ക് രസകരമായ ഒരു ചോദ്യം ഇട്ടുകൊടുത്തു.

"അത്.." അവൾ കുറച്ച് ആലോചിച്ചു. പിന്നെ പറഞ്ഞു-

"ഇവിടെയിരുന്ന് നേതാവും കൂട്ടുകാരും കുടിച്ചു കൂത്താടുന്നില്ലേ...

നമുക്കും അതുപോലെ മദിച്ചിരിക്കുവാൻ എന്താ വഴി എന്ന് ഞാൻ ചോദിക്കും."

"അത് വിചിത്രമാണല്ലോ?"

"അതെ കൂട്ടുകാരേ.. ഞാൻ അയാളോട് മദ്യം എന്ന ആ അത്ഭുത ദ്രാവകമെടുത്ത് നമ്മുടെ ടാങ്കിൽ കമിഴ്ത്തുവാൻ ആവശ്യപ്പെടും. നമ്മുടെ ഭാഷ അറിയാമെങ്കിൽ അയാൾ അതു ചെയ്തുതരും."

"വീട്ടമ്മയുടെ അഴിഞ്ഞാടൽ. പുത്രന്റെ കുടില തന്ത്രങ്ങൾ. പെങ്കൊച്ചിന്റെ ശരീര തന്ത്രങ്ങൾ. ഞങ്ങൾ ഈ മുറിയിൽനിന്ന് കണ്ടെടുത്ത് നിനക്ക് പറഞ്ഞു മനസ്സിലാക്കിത്തരുന്ന എത്രയോ കാര്യങ്ങൾ... അതൊക്കെ അനുകരിക്കുവാൻ നിനക്ക് കൊതിയില്ലേ മോളീ..."

അതൊക്കെ നൂറായിരം നിയമങ്ങളും നീതിശാസ്ത്രങ്ങളും പുലർത്തുന്ന മനുഷ്യനു മാത്രമാകുന്ന കാര്യങ്ങളല്ലേ എന്ന് മോളി സങ്കോചപ്പെട്ടു.

പതിനേഴ്

ഒരു മദ്യബോട്ടിലുമായി കോടാലി വീണ്ടും മുൻമുറിയിലെത്തി. ചോരക്കറ കഴുകിക്കളയാത്ത ദേഹത്തും വസ്ത്രങ്ങളിലും ചിത്രപ്പണികളുള്ളത് മത്സ്യങ്ങൾ ശ്രദ്ധിച്ചു. താൻ നിർവ്വഹിച്ച കൊലപാതകവും തുടർന്ന് പൂർത്തിയാക്കിയ ബലാത്സംഗവും അയാളെ നല്ലവണ്ണം ഹരം പിടിപ്പിച്ചിരുന്നു എന്ന് ഉറപ്പാണ്.. അതിന്റെ തുടർച്ച കേമമാക്കുവാൻ വേണ്ടിയാവണം അയാൾ തനിച്ചിരുന്ന് മദ്യപിക്കുവാൻ തീരുമാനിച്ചത്.

ചുവന്ന കണ്ണുകൾ കൂടുതൽ ചുവന്നിരുന്നു. മുഖത്തുണ്ടായിരുന്ന വടു വിരിഞ്ഞ് കൂടുതൽ വ്യക്തമായി. മൽപ്പിടുത്തത്തിൽ അലങ്കോലമായ മട്ടിൽ മുടിയിഴകൾ നിരതെറ്റി മുഖത്ത് വീണുകിടന്നിരുന്നു.

മദ്യക്കുപ്പിയുടെ മൂടി തുറന്ന് ഗ്ലാസിൽ പകർന്ന് അയാളുടെ ചുണ്ടിൽ ഒരു വികൃതഭാവം വിടർന്നു.

കല്ലുകൾക്കിടയിൽ പതുങ്ങിയ മിൻമിനി മെല്ലെ പുറത്തുവന്നു.

"എന്താണ് നീ ഓർക്കുന്നത്" അവൾ മോളിയോട് ചോദിച്ചു.

"ആ കുട്ടിക്ക് എന്തു സംഭവിച്ചു കാണും ? അവളുടെ ചൂടുപറ്റിക്കിടന്ന് ഒരാൾ മരണം വരിച്ചതല്ലേ.. തുടർന്ന് ക്രൂരമായി ബലാത്സംഗം ചെയ്യപ്പെട്ടു. അത്രയൊക്കെ അവൾക്ക് താങ്ങുവാൻ കഴിയുമോ?"

"ഈ ഒരു അവസ്ഥയിൽ അവൾക്ക് സ്വാഭാവികമായി ചെയ്യുവാനുള്ളത് സ്വയം മരിക്കുക എന്നതാണ്. മനുഷ്യരുടെ തനതായ മറ്റൊരു പ്രവണതയാണ് ആത്മഹത്യ ചെയ്യുക എന്നത്. അതിന്റെ കാര്യകാരണങ്ങൾ തിരക്കിച്ചെന്നാൽ നമ്മെ അത്ഭുതപ്പെടുത്തിക്കളയും. ഒരാൾ നിസ്സാര കാരണത്തിന് ആത്മാഹുതി ചെയ്യുമ്പോൾ മറ്റുചിലർ നൂറിരട്ടി കാഠിന്യമുള്ള ചോദനയുണ്ടായെങ്കിലും ജീവിതത്തിൽ മുറുകെ പിടിച്ചു നില്ക്കുന്നു." ഡോളി മന്ത്രിച്ചു.

"അവൾക്ക് ഭാരമുള്ള ആ പ്രതിമയെടുത്ത് അയാളുടെ തല തല്ലിപ്പൊളിക്കരുതോ.."

"അവൾ ബലഹീനയായിട്ടുണ്ടാവും. ഒരുപക്ഷേ, അവളെയും

അയാൾ കൊന്നിട്ടുണ്ടാവും."

ജാലകം വഴി അനവസരത്തിൽ കടന്നുവന്ന ഒരു കാറ്റ് അയാളുടെ തലമണ്ടയിൽ ചലനമുണർത്തി കടന്നുപോയി. ചുവരിലെ ആന ചിഹ്നം വിളിച്ചു.

"നമ്മുടെ രാഷ്ട്രത്തിൽ കൊലപാതകങ്ങൾ വേണ്ട." മിൻമിനി പറഞ്ഞു. "വധശിക്ഷയും വേണ്ട. മരണം ഉണ്ടാകേണ്ട.. ഇരയുടെ അതിജീവനത്തിനായി മതി നമുടെ സംഹിതകൾ."

"മനുഷ്യനെ ഇനിയും പ്രകീർത്തിക്കുന്നവരെ ഞാൻ ചിലപ്പോൾ കൊത്തിക്കൊന്നു എന്നിരിക്കും." ഡോളി തന്റെ ഭാഗം വ്യക്തമാക്കി.

താല്ക്കാലികമായി വെള്ളത്തിൽ രൂപപ്പെട്ട ശാന്തിയിലൂടെ നീന്തി മിൻമിനി ഡോളിയുടെ അരികിലെത്തി. "ശരിക്കും പ്രകൃതിയിലെ കോളിളക്കങ്ങൾ നമുക്ക് അറിയുവാൻ കഴിയുമോ?"

മിൻമിനിയുടെ ആ ചോദ്യത്തിന് ഉത്തരമായി ഡോളി ജലചരങ്ങൾക്ക് മാത്രം കഴിയുന്ന ഒരു അഭ്യാസം പ്രകടിപ്പിച്ചുകൊണ്ട് പറഞ്ഞു- "നമ്മുടെ പ്രകൃതി ഏറക്കുറെ ജീവസന്ധാരണത്തെ പിന്താങ്ങുന്നതാണ്. പ്രകൃതി അതിന്റെ ഉൾചലനങ്ങളെക്കുറിച്ച് മുൻകൂട്ടി ജീവികളെ അറിയിക്കുവാൻ പരിശ്രമിച്ചേക്കാം. അത് കണ്ടെത്തുന്നത് ഓരോ ജീവികളുടെയും മിടുക്കാണ്. നേട്ടമാണ്. ഭാഗ്യമാണ്."

"അപ്പോൾ..." ഉറപ്പില്ലായ്മയിൽ ലയിച്ച കൗതുകം പൂണ്ട് മിൻമിനി ചോദിച്ചു- "മോളിയുടെ പ്രവചനങ്ങൾ അത്തരത്തിലുള്ളത് ആയിരിക്കുമോ?"

"എന്തോ.. അറിയില്ല. എങ്കിലും അവൾക്ക് പ്രവചിക്കുവാൻ കഴിവുള്ളവളാണ്."

"അതെ. ഞാൻ വീണ്ടും പറയുന്നു. ദൂരെയെവിടെയോ ഭൂമി കുലുങ്ങുന്നുണ്ട്. വൻകരകളുടെ അടിത്തട്ടുകൾ ചലിക്കുന്നുണ്ട്. കടലിരമ്പുന്നുണ്ട്. വലിയ കോളിളക്കങ്ങൾ നടക്കുന്നുണ്ട്. നോക്കിക്കോ കൂട്ടരേ.. ഇത് പാഴ് വചനങ്ങളല്ല.." മോളി ചിറകുകൾ മെല്ലെയിളക്കി കലങ്ങിമറിഞ്ഞ ജലത്തിൽ തിരശ്ചീനമായി നിന്നു.

താക്കോലിട്ട് വാതിൽ തുറന്ന് അകത്തേക്ക് വന്ന സൂനജയുടെ മിഴികൾ നേരെ പതിച്ചത് ടാങ്കിലായിരുന്നു. ഇരുണ്ടുകലങ്ങിയ വെള്ളത്തിലെ ജലചരങ്ങളെ അവൾക്ക് ആദ്യകാഴ്ചയിൽ കാണുവാൻ കഴിഞ്ഞില്ല. ഇരുണ്ട തറയിലെ ചോരപ്പാടുകളും. എങ്കിലും അസാധാരണമായ എന്തോ അവിടെ സംഭവിച്ചു എന്ന ഒരു തോന്നൽ അവളിൽ ഉടലെടുത്തു.

സൂനജ അരങ്ങിലെത്തിയെന്ന് മിൻമിനി മോളിയോട് മന്ത്രിച്ചു. മോളി അവൾക്കുമാത്രം സ്വന്തമായ ആ വിശാലലോകത്തിന്റെ കേന്ദ്രസ്ഥാനത്ത് ആ സ്ത്രീയെ നിർത്തി. അതിവിശാലമായ ആകാശം പോലെയോ അനന്തമായി പരന്ന കടൽ പോലെയോ കാണപ്പെട്ട ആ ലോകത്ത് അവൾ ഒറ്റയ്ക്കാണ്. ഭർത്താവിനാലും കാമുകരാലും ഉപേക്ഷിക്കപ്പെട്ടവൾ. വിധി മാത്രം കൂട്ടുള്ള ഒരു വിവശയായിരുന്നു അവൾ. ആ സ്ത്രീക്ക് സ്വാന്തനമേകുവാൻ ഒരു ചെറുകാറ്റുപോലും വീശിയില്ല. തിരസ്കൃതരുടെ ഒരു സമ്മേളനസ്ഥലത്ത്

കാഴ്ചക്കാരെ കാത്തിരിക്കുന്ന ഒരു ആട്ടക്കാരിയെ പോലെയായിരുന്നു അത്.

വൈദ്യുതവിളക്കുകൾ ദീപ്തമാക്കിയ മുറിയിലെ ചോരപ്പാടുകൾ അവൾ കണ്ടു എന്ന് മീനുകൾ അറിഞ്ഞത് സൂനജ ഉയർത്തിയ നില വിളിയിൽ നിന്നാണ്. ഉൾമുറിയിലെ കാഴ്ചകൾ അവളെ കൂടുതൽ ഭ്രാന്ത മായ നിലവിളികളിലേക്ക് നയിക്കുമെന്ന് കരുതിയ ഡോളിക്ക് തെറ്റി.

സംസാരശേഷി നഷ്ടപ്പെട്ടവളെപ്പോലെ അവർ മുൻമുറിയിൽ തിരി കെയെത്തി സെറ്റിയിൽ പതിഞ്ഞിരുന്നു.. സെറ്റിയുടെ ഉള്ളിലെ ലോഹ സ്പ്രിങ്ങുകൾ സ്ഥിതിഗതികളുടെ ഗൗരവം മനസ്സിലാക്കിയ മട്ടിൽ നിശ്ശ ബ്ദമായിരുന്നു.

കട്ടിലിലോ നിലത്തോ ചോരയിൽ കുളിച്ച ഒരു മൃതദേഹം കിടപ്പുണ്ടാ യിരിക്കും. തകർന്നൊടിഞ്ഞ് ഒരു മൂലയിൽ ഒരു പെൺകുട്ടിയും. ഇനി അവളും ജീവിതം അവസാനിപ്പിച്ചു എങ്കിൽ തൂക്കിയിട്ട ഒരു കൗതുകവസ്തു പോ ലെയോ ഞരമ്പുകളിൽ നിന്നുതിർന്ന രക്തചിത്രകംബളത്തിൽ കിടന്നുറ ങ്ങുന്ന ഒരു സുന്ദര സൃഷ്ടിയായിട്ടോ കാണും. സാന്മാർഗ്ഗിക പാഠക്കാരുടെ ചിന്താശക്തികൾക്ക് ഇത്തരം കാഴ്ചകൾ ഉൾക്കൊള്ളുവാൻ എളുപ്പമല്ല.

സൂനജ ചിന്താക്രാന്തയായി ഇരിക്കുകയാണോ അതോ ചിന്തിക്കു വാൻതന്നെ കഴിവുകൾ കെട്ട് പൊള്ളയായ തലച്ചോറുമായി ശൂന്യമായ കണ്ണുകൾ തുറിച്ചിരിക്കുകയാണോ എന്ന് തിരിച്ചറിയാൻ ആവാതെ ടോണി പൊറുതിമുട്ടി.

ഒരുപക്ഷേ, അവളിൽ നിറയുന്ന പൊറുതിക്കേടുകൾ അവളെ പൊള്ളിച്ചുകൊണ്ടിരിക്കുകയാവാം. അത്ര വലിയ താഡനങ്ങൾ ഏറ്റതു കൊണ്ടാവാം സാധാരണ ഗതിയിൽ ചെയ്യേണ്ട കാര്യങ്ങളിലേക്കു പോലും അവളുടെ കൈകൾ നീളാത്തത് എന്ന് ടോണി കണക്കുകൂട്ടി. അല്ലെങ്കിൽ, ഈ സമയത്തിനകം അവൾ ആരെയെങ്കിലും വിവരം അറിയിക്കേ ണ്ടതാണ്. സഹായത്തിന് വിളിക്കേണ്ടതാണ്. മുറിയുടെ ഉള്ളിൽ മൊത്ത മായി പകർന്ന ആശങ്കകളുടെ പങ്കുപറ്റി മത്സ്യങ്ങളും നിശ്ശബ്ദമായി.

"അപ്പോൾ അയാൾ എവിടെപ്പോയി? വില്ലൻ?" മിൻമിനിയുടെ ചോദ്യം മറ്റു മീനുകൾ അതേ ചോദ്യം പരസ്പരം ഉതിർത്തു. അയാൾ എങ്ങനെ അപ്രത്യക്ഷമായി! ആ മുറിയിൽ മറഞ്ഞുവോ? അതോ ഉൾ മുറിയിലേക്ക് പിൻവലിഞ്ഞോ? അതല്ലയെങ്കിൽ മുൻവാതിൽ തുറന്ന് പുറ ത്തേക്ക് രക്ഷപ്പെട്ടോ? ഏതായാലും സൂനജ അയാളെ കണ്ടിട്ടില്ല. അവൾ പ്രതിമ കണക്കെ തറഞ്ഞിരിക്കുന്നു. മത്സ്യങ്ങളും കണ്ടില്ല.

അവളുടെ ആ തകർന്നിരിപ്പ് ടോണിയെ വലച്ചു. അവൾക്ക് യാതൊരു സഹായവും ചെയ്യുവാൻ സാധിക്കാത്ത ഒരു വെറും മത്സ്യമാണല്ലോ താൻ എന്ന് അവൻ വേദിച്ചു.

"എന്താണവൾ കരയുവാൻപോലും മിനക്കെടാത്തത്?"

പൊടുന്നനെ കോപാവേശയായ ആ സ്ത്രീ മുന്നിലെ ടീപ്പോയിലി രുന്ന മദ്യക്കുപ്പി ഉയർത്തി ഭിത്തിയിലേക്ക് എറിഞ്ഞു. മത്സ്യടാങ്കിനും ബുക്ക്ഷെൽഫിനുമിടയിലുള്ള ഭിത്തിയിൽ ഇടിച്ച് അത് വലിയ ഒരു

ശബ്ദത്തോടെ ചിതറി. മീനുകൾ നടുക്കത്തോടെ അതു കണ്ടു.

കാഴ്ചയുടെ ഉത്സവമാണല്ലോ നിങ്ങൾക്ക് എന്ന് കൊതിപ്പെട്ട് മോളി മിൻമിനിയെ പിന്തുടർന്നു. ആ മുഴക്കത്തിന്റെ കാരണം തേടിയ അവളോട് ഏറ് അല്പം മാറിയിരുന്നെങ്കിൽ നമ്മുടെ ദ്രവരാഷ്ട്രമാകപ്പാടെ തകർന്നു പോകുമായിരുന്നു എന്ന് മിൻമിനി വെപ്രാളപ്പെട്ടു.

എന്നായാലും തകരുവാനുള്ളതല്ലേ എല്ലാ ചില്ലുകൂടുകളും എന്നവൾ ലാഘവത്തോടെ പറഞ്ഞു.

സൂനജ കലി പൂണ്ട് മറ്റെന്തൊക്കെയോ എടുത്ത് എറിയുമെന്ന് മീനുകൾ ഭയന്നു.

ഏതായാലും സുബാബു എന്ന നേതാവിന്റെ മുഖംമൂടി ഇതോടെ വലിച്ചു കീറപ്പെടും എന്ന് മിൻമിനി തെല്ലൊന്ന് ആഹ്ലാദിച്ചു. അയാളുടെ തനിനിറം പുറത്തുവരും എന്ന് അവൾ വിശ്വസിച്ചു.

“അങ്ങനെ ഉറപ്പൊന്നും പറയുവാൻ കഴിയില്ല മിൻമിനീ...”

വാർത്തകൾ വീണ്ടും വീണ്ടും അവർ വളച്ചൊടിക്കുമെന്ന് ഡോളി ചൂണ്ടിക്കാട്ടി. “നേതാവിന്റെ സമാധാനശ്രമങ്ങൾക്ക് ഛിദ്രശക്തികൾ നല്കുന്ന തിരിച്ചടി എന്നാവും വാർത്തകൾ പുറത്ത് വരിക. ശാന്തിയും സമാധാനവും നിലനിർത്തുവാൻ വേണ്ടിയുള്ള ശ്രമത്തിനിടയിൽ ചില ഏറ്റുമുട്ടലുകളും നഷ്ടങ്ങളും സഹിച്ചു എന്നമട്ടിൽ അയാൾ പരമാവധി സഹതാപത്തിന്റെ ആനുകൂല്യങ്ങൾ നേടും.”

ഭൂമിയിൽ ജാതി മത വർഗ്ഗ ഭേദമില്ലാത്ത വെറുമൊരു ജീവിയായി സൂനജ ഒറ്റപ്പെടുമ്പോൾ രൂപാന്തരപ്പെട്ട് ഒരു ജലജീവിയായിരുന്നെങ്കിൽ എന്ന് ടോണി മന്ത്രിച്ചു.. അവൾ മനുഷ്യസഹജമായ വാസനകളെ മെല്ലെ അഴിച്ചെറിയുന്നതായി അവൻ കണ്ടു. അവളുടെ മുഖത്ത് അത്രകാലം ഭൂമിയിൽ കഴിഞ്ഞു കൊതിതീർന്ന ശാരീരികമായ നിലനില്പുകളുടെ ഭിന്ന ഭാവങ്ങൾ വിരിഞ്ഞു. ഭൗതിക ലോകത്തിലെ എല്ലാ സൗന്ദര്യാത്മകതകളും അനുഭവിച്ചു തീർന്നുകഴിയുമ്പോൾ ഉണ്ടാകുന്ന ഒരു തുറിച്ചുനോട്ടം അവളുടെ മുഖത്ത് തെളിഞ്ഞു. സംഘർഷങ്ങളും നശീകരണ ഉപാധികളുമാണ് അത്തരത്തിൽ മൊത്തത്തിൽ ശൂന്യമായിക്കഴിയുമ്പോൾ മനുഷ്യൻ കണ്ടെത്തുന്ന തുടർനടപടികൾ എന്ന് എപ്പോഴോ ഡോളി പറഞ്ഞിട്ടുള്ളത് ടോണി ഓർത്തെടുത്തു.

അത്രനേരം രംഗത്തെങ്ങും ഇല്ലാതിരുന്ന മാർജ്ജാരൻ ചോര നക്കിക്കുടിച്ച മുഖവുമായി മുൻമുറിയിലെത്തി. മൃദുലമായ നാക്കുനീട്ടി അത് കിറികളിൽ നക്കുന്നുണ്ട്. അതിന്റെ ജീവിതത്തിലെ ഏറ്റവും സ്വാദിഷ്ടമായ ഭക്ഷണം കിട്ടിയ സന്തോഷത്തോടെ അത് മത്സ്യപ്പെട്ടിയുടെ ചുവട്ടിലെത്തി. അത് ഉറക്കെ വൃത്തികെട്ട ഒരു സ്വരം പുറപ്പെടുവിച്ചു. പൂച്ചയുടെ സ്വരമല്ലല്ലോ അത് എന്ന് മീനുകൾ ഒന്നടങ്കം അതിശയിച്ചു.

ഇതിനകം സെറ്റി വിട്ട് എഴുന്നേറ്റ സൂനജ ഒറ്റക്കുതിപ്പിൽ ലോഹത്തലയുടെ അടുക്കലെത്തി. ശക്തിയേറിയ ഏറിൽ ആ ലോഹത്തല കൃത്യമായി ചില്ലുകൂട്ടിൻമേൽ പതിക്കുകയും ചില്ലുകൾ ഭേദിച്ച് ഉള്ളിലുള്ള

ജലത്തിൽ മുങ്ങിക്കുളിക്കുകയും ചെയ്തു. മുമ്പെങ്ങും അത്ര മോഹനമായ ഒരു ശബ്ദം ആ മുറിയിൽ ഉയർന്നു കേട്ടിട്ടുണ്ടായില്ല. സ്വതവേ ലോഹ പ്രതിമകൾ ആഞ്ഞുപതിക്കുമ്പോൾ വേറിട്ട ഒരു ശബ്ദം ഉയർന്നു കേൾക്കാറുണ്ടല്ലോ. അത് ജലവാദ്യത്തിന്റെ അകമ്പടിയിൽ ഉടയുന്ന ചില്ലുകളുടെ മോഹിപ്പിക്കുന്ന സ്വരത്തോട് കൂടെച്ചേർന്നാവുമ്പോൾ കൂടുതൽ മോഹനം ആവുന്നതാവാം. മിനുസമേറിയ ലോഹത്തല പേടകത്തിന്റെ അടിത്തട്ടിൽ കെട്ടിക്കിടന്ന അഴുക്കിൽ ലേശം പൂണ്ട് തല കുത്തനെ നിന്നു.

ജലം ആ ഉത്സവത്തിന്റെ നാന്ദി കുറിക്കുവാൻ തയ്യാറെന്ന വണ്ണം മുറിയിലേക്ക് ചില്ലുകൾക്കൊപ്പം ചിതറിത്തെറിച്ചു. ഒരു തുടം ജലത്തിനൊപ്പം തുള്ളിത്തെറിച്ച മിൻമിനി എന്ന മത്സ്യം ആഞ്ഞു പിടച്ച് ജാലകപ്പടിയിൽ ചെന്ന് വീണു. അവൾ പുറത്തെ ആകാശത്തെ ഒരുമാത്ര നോക്കി. ആകാശത്ത് അവൾക്ക് അത്രയും കുറഞ്ഞ സമയംകൊണ്ട് കാണുവാൻ മേഘങ്ങളോ കാര്യമായി നക്ഷത്രങ്ങളോ കുറഞ്ഞപക്ഷം ചന്ദ്രക്കല പോലുമോ ഉണ്ടായിരുന്നില്ല. വലിയ കറുത്ത പട്ടുതുണി വിരിച്ചിട്ട വിശാലമായ ആകാശത്തുനിന്നും പൊഴിഞ്ഞിരുന്ന ജലകണങ്ങൾ അവളെ ആശ്ലേഷിച്ചു. ആകാശത്ത് പൊട്ടിത്തെറികളുണ്ടാക്കിയ വലിയ ഒരു മിന്നൽപ്പിണറും അവൾക്ക് കാണുവാൻ കഴിഞ്ഞിരിക്കാം.

കാലാകാലങ്ങളായി തടങ്കലിൽ കിടക്കുന്ന പാവം മത്സ്യങ്ങൾ കണ്ടുതീർക്കുന്ന സ്വപ്നങ്ങൾക്ക് ഒരു കണക്കുമില്ല എന്നവൾ അവിടെക്കിടന്ന് ചിന്തിച്ചു.. എങ്കിലും ജീവിതത്തിന്റെ അന്ത്യനിമിഷങ്ങളിൽ അസ്വാഭാവികമായി എത്തിച്ചേർന്ന ചില സ്വപ്ന സാക്ഷാൽക്കാരങ്ങളോർത്ത് അവൾ സന്തോഷിക്കേണ്ടതാണ്. ഇരമ്പിയടുത്തുവരുന്ന കടലിന്റെ അലകൾക്കായി കുറച്ചുനേരം കൂടി കാത്തിരിക്കുവാൻ അവൾ തന്റെ ജീവനോട് അപേക്ഷിക്കുവാൻ മറന്ന് ഒരിക്കൽക്കൂടി പിടഞ്ഞ് ആ രാത്രിമഴയ്ക്ക് സ്വയം സമർപ്പിച്ച് ധന്യയായതാവാം.

ടോണി ആദ്യ പിടയ്ക്കലിൽ തന്നെ സൂനജയുടെ നെഞ്ചിനുമുകളിൽ പതിച്ചിരുന്നു. ഏതോ വികൃതി തന്റെ രഹസ്യത്തിലേക്ക് കുതിച്ചു കയറുന്നതുപോലെ അവൾക്ക് ഒരു നിമിഷം തോന്നി. അവൾ ആ മത്സ്യത്തെ തട്ടിമാറ്റുവാൻ തുടങ്ങിയെങ്കിലും അവൻ അവളുടെ മുലകൾക്കിടയിലേക്ക് വിദഗ്ദ്ധമായി വഴുതിയിറങ്ങി. ഏറ്റവും മൃദുവായ ആ ദേഹഭാഗത്തുകിടന്ന് അവൻ പിടഞ്ഞു. വീണ്ടും അവൾ അവനെ പരതിപ്പിടിച്ച് എറിഞ്ഞുകളയുവാൻ എടുത്തേക്കാവുന്ന സമയംകൊണ്ട് അവൻ അവസാനമായി ഒന്നു പിടഞ്ഞ് മാംസഗോളങ്ങൾക്കിടയിൽ അനക്കമറ്റിരുന്നു. വെളിയിൽ വലിയ കോളിളക്കം നടക്കുന്ന സമയമായിരുന്നു അത്. സൂനജ ഒരു നടുക്കത്തോടെ ജാലകത്തിലൂടെ ഉയർന്നുകേൾക്കുന്ന വലിയ ഇരമ്പലിൽ കൊരുത്ത് ചലനങ്ങൾ മറന്ന് നിലകൊണ്ടു.

അതിനകം മോളി മൂന്നുവട്ടം പിടച്ച് മുറിയുടെ മൂലയിൽ തട്ടിവീണിരുന്നു. അവിടെ പരന്നുകിടന്ന മദ്യരസത്തിൽ അവൾ നീന്തുവാൻ ശ്രമിച്ചു. മദ്യരസത്തിന്റെ രൂക്ഷതയിൽ ആ മത്സ്യം വല്ലാതെ ബുദ്ധിമുട്ടി.

അന്ധമായ ആത്മാവിഷ്കാരങ്ങൾകൊണ്ട് അവൾ പടുത്തു കൂട്ടിയിരുന്ന കടലുകളുടെ ഓർമ്മകൾ പൊടുന്നനെ അവളിലുണർന്നു. മരണം എന്ന മോഹനമായ അവസ്ഥയിലേക്ക് പിച്ച വച്ച് അടുക്കുമ്പോൾ ഏതു ജീവിക്കും തോന്നുന്ന മതിഭ്രമം അല്ല അത് എന്നും മറിച്ച് ഒരിക്കലും ചെന്നെത്തുവാൻ കഴിയാത്ത കടൽ ഇരച്ച് തന്നിലേക്ക് വന്നതാണെന്നും അവൾക്ക് കൂട്ടുകാരോട് പറയണം എന്നുണ്ടായിരുന്നു. അതിനകം ആർത്തലച്ചു കയറിവന്ന ഉപ്പുവെള്ളം അതിന്റെ സർവ്വ ശക്തിയുമെടുത്ത് അവളെ ജാലകത്തിലൂടെ പുറത്തേക്ക് ഒഴുക്കിയെടുത്തു.

ഉടഞ്ഞ് വീണെങ്കിലും അത്രകാലം ആ സ്ഫടികപ്പെട്ടി നിലകൊണ്ടയിടത്ത് അതിന്റെ ഒരു ഭാഗം അവശേഷിച്ചിരുന്നു. കൂർത്ത ചിൽ മുനകൾകൊണ്ട് അതിരുതീർത്ത ഒരു കോട്ടമതിൽപോലെ പേടിയുണർത്തുന്നതായിരുന്നു ഉടഞ്ഞതിന്റെ ബാക്കിയായി കിടന്ന ആ ചില്ലുപേടകത്തിന്റെ അവശിഷ്ടം. അതിൽ ഒരു മത്സ്യത്തിന് കഷ്ടിച്ചു മുങ്ങിക്കിടക്കുവാനുള്ള വെള്ളമുണ്ടായിരുന്നു. അവിടെ പതുങ്ങിക്കിടന്ന ഡോളി ജാലകം വഴി ഇരച്ചുകയറുന്ന പതഞ്ഞ വെള്ളത്തെ ആശയോടെ നോക്കി. മത്സ്യങ്ങൾക്ക് സ്വതസിദ്ധമായ രീതിയിൽ കുതിച്ചുചാടി വെള്ളത്തിന്റെ ആ ധാരാളിത്തത്തിലേക്ക് രക്ഷപ്പെടുവാൻ അവൾ കൊതിച്ചു. പക്ഷേ, കാലങ്ങളായി മത്സ്യങ്ങളെ വേട്ടയാടുവാൻ വേണ്ടി കൂർത്ത പല്ലും നഖവുമായി കാത്തിരുന്ന മാർജ്ജാരൻ അവളുടെ മുഴുത്ത ദേഹത്തെ കൊതിയോടെ തേടി പരതുന്നത് അവൾ അറിഞ്ഞു. അതിപ്പോൾ വളർച്ചയേറി ഒരു പുലി ആയിട്ടുണ്ട് എന്നവൾക്ക് തോന്നി. മറ്റു മത്സ്യങ്ങളെയൊക്കെ അവഗണിച്ച് അവൻ അവളെ ഉന്നം പിടിക്കുവാൻ എവിടെയോ പതുങ്ങിയിരിക്കുന്നതായി അവൾക്ക് തോന്നി.

അവൾക്ക് ആസന്നമായ മരണത്തിനു മുമ്പ് ആ പുലിയുമായി സംവദിക്കണം എന്നുണ്ടായിരുന്നു. കുറഞ്ഞ പക്ഷം ആർത്തുയർന്ന സുനാമി ത്തിരമാലകളിൽപ്പെട്ട് മരിക്കുമെന്ന ബോധം എങ്കിലും പുലിയായി വളർന്ന ആ മാർജ്ജാരന് ഉണ്ടോ എന്ന് തിരക്കണം. വേട്ടക്കാരൻ കൊല്ലപ്പെടുമെന്ന് ഉറപ്പുണ്ടെങ്കിൽ പിന്നെയതിന് ഇരയുടെ പിന്നാലെ കുതിക്കേണ്ട കാര്യമുണ്ടോ എന്ന് ചോദിക്കുവാനുള്ള ഇടയെങ്കിലും ലഭിച്ചിരുന്നെങ്കിൽ!

ജാലകത്തിൽ കുറച്ചിട തടഞ്ഞുനിന്ന സൂനജയുടെ ദേഹം ഒരു ഊക്കൻ തിരയുടെ തള്ളലിൽ പുറത്തേക്ക് പോയി. തകർന്ന വാതിലിലൂടെ ഒഴുകിവന്ന മറ്റു ശവങ്ങൾ ഡോളി കണ്ടു. തിരത്തള്ളലിൽ കട്ടിലടക്കം പുറത്തേക്കുവന്ന വയസ്സന് അപ്പോഴും ജീവനുണ്ടായിരുന്നു. അയാൾ കൊച്ചു കുട്ടികളെപ്പോലെ കാലിട്ടടിച്ച് രസിക്കുന്നുണ്ട്.

ചില്ലുകൂട്ടിനുള്ളിൽ ഞെരുക്കപ്പെട്ടിരുന്ന രാഷ്ട്രം വികസിച്ച് മുറി മുഴുവൻ പരന്നതും പതഞ്ഞുയർന്ന ഉപ്പുവെള്ളത്തിലൂടെ അതിരുകളില്ലാത്ത ലോകമായതും ഡോളി തിരിച്ചറിഞ്ഞു. ആഗോള ജീവിതം കാംക്ഷിക്കുന്ന സർവ്വ ജീവികൾക്കുമായി കാത്തിരിക്കുന്ന വിധി ഇത്തരത്തിലല്ലേ എന്ന് അവൾ സ്വയം ചോദിച്ചു. ഒരു കൊച്ചു മത്സ്യത്തിന് വിശാലചിന്തകളുടെ പരപ്പിൽ എങ്ങനെ പിടിച്ചുനില്ക്കുവാനാകും എന്നു ചിന്തിച്ച് അവൾ എങ്ങോട്ടെന്നില്ലാതെ മെല്ലെ നീന്തി.

9 789386 637093

Printed by Libri Plureos GmbH in Hamburg,
Germany